Understanding the Numbers: A Historical Analysis of Financial Reporting Practices

సంఖ్యలను అర్థం చేసుకోవడం: ఆర్థిక నివేదిక పద్ధతుల చారిత్రక విశ్లేషణ

Sairam

Copyright © [2023]

Author: Sairam

Title: Understanding the Numbers: A Historical Analysis of Financial Reporting Practices

All rights reserved. No part of this publication may be reproduced or transmitted in any form or by any means, electronic or mechanical, including photocopying, recording, or any information storage and retrieval system, without prior written permission from the author.

This book is a self-published work by the author Sairam

ISBN:

TABLE OF CONTENTS

Chapter 1: The Genesis of Numbers: Early Accounting and Recordkeeping   12

- Introduction: What are financial numbers, and why do they matter?
- The dawn of accounting: Mesopotamia, Egypt, Greece, and Rome
- The rise of double-entry bookkeeping in Renaissance Italy
- The role of religion and ethics in early accounting practices
- Case studies: The Medici family, the Fuggers, and the East India Company

Chapter 2: For King and Country: The Development of National Accounting Systems   22

- The rise of centralized governments and the need for financial control
- The development of national treasuries and early budgeting practices
- The impact of wars, revolutions, and economic crises
- The rise of auditing and standardization
- Case studies: The English Exchequer, the French Intendant System, and the American Revolution

Chapter 3: The Industrial Revolution: Accounting for Growth and Profit   32

- The emergence of corporations and the need for shareholder transparency
- The development of financial statements: the balance sheet, income statement, and cash flow statement
- The rise of financial analysis and valuation techniques
- The role of accounting in mergers and acquisitions
- Case studies: The rise of the railroads, Carnegie Steel, and the formation of Standard Oil

Chapter 4: The Global Game: Harmonization and Standardization in the 20th and 21st Centuries   44

- The rise of international trade and investment
- The need for global accounting standards and convergence
- The role of international organizations like the International Accounting Standards Board (IASB) and the Financial Accounting Standards Board (FASB)
- The impact of technological advancements on financial reporting
- Case studies: The collapse of Enron, the Sarbanes-Oxley Act, and the rise of fintech

Chapter 5: The Future of Numbers: Emerging Trends and Challenges   54

- The rise of sustainability reporting and ESG (environmental, social, and governance) factors
- The impact of blockchain and other emerging technologies on financial reporting
- The ethical considerations of Big Data and artificial intelligence in accounting
- The role of accounting in addressing climate change and inequality
- Case studies: Tesla's sustainability reporting, the rise of social impact investing, and the ethical implications of algorithmic trading

Chapter 6: Conclusion: Numbers that Speak Volumes   64

- Recap of the key historical developments in financial reporting practices
- The enduring importance of financial literacy and critical thinking
- The future of accounting in a changing world
- Closing remarks and a call to action

TABLE OF CONTENTS

అధ్యాయం 1: సంఖ్యల పుట్టుక: ప్రారంభకాల లెక్కింపు మరియు రికార్డుల నిర్వహణ 12

- పరిచయం: ఆర్థిక సంఖ్యలు అంటే ఏమిటి? వాటి ప్రాముఖ్యత ఏమిటి?
- లెక్కింపు పుట్టుక: మెసపొటేమియా, ఈజిప్ట్, గ్రీస్, మరియు రోమ్
- పునరుజ్జీవనకాల ఇటలీలో ద్వి-ముఖ లెక్కింపు పద్ధతి పరిణామం
- ప్రారంభకాల లెక్కింపు పద్ధతులలో మతం మరియు నీతిశాస్త్రం యొక్క పాత్ర
- కేసు అధ్యయనాలు: మెడిసి కుటుంబం, ఫ్యుగర్స్, మరియు ఈస్ట్ ఇండియా కంపెనీ

అధ్యాయం 2: రాజు మరియు దేశానికి: జాతీయ లెక్కింపు వ్యవస్థల పరిణామం   22

- కేంద్రీకృత ప్రభుత్వాల పెరుగుదల మరియు ఆర్థిక నియంత్రణ అవసరం
- జాతీయ ఖజనాల మరియు ప్రారంభ బడ్జెట్ పద్ధతుల పరిణామం
- యుద్ధాలు, విప్లవాలు మరియు ఆర్థిక సంక్షోభాల ప్రభావం
- ఆడిటింగ్ మరియు ప్రమాణీకరణ పెరుగుదల
- కేసు అధ్యయనాలు: ఇంగ్లీష్ ఎక్స్‌చెకర్, ఫ్రెంచ్ ఇంటెండెంట్ సిస్టమ్, మరియు అమెరికన్ విప్లవం

అధ్యాయం 3: పారిశ్రామిక విప్లవం: వృద్ధి మరియు లాభాలకు లెక్కింపు   32

- కార్పొరేషన్ల పుట్టుక మరియు షేర్‌హోల్డర్ల పారదర్శకత అవసరం
- ఆర్థిక నివేదికల పరిణామం: బ్యాలన్స్ షీట్, ఇన్‌కం స్టేట్‌మెంట్ మరియు క్యాష్ ఫ్లో స్టేట్‌మెంట్
- ఆర్థిక విశ్లేషణ మరియు వాల్యుయేషన్ పద్ధతుల పెరుగుదల
- విలీనాలు మరియు కొనుగోళ్లలో లెక్కింపు పాత్ర
- కేసు అధ్యయనాలు: రైల్‌రోడ్ల పెరుగుదల, కార్నెగీ స్టీల్ మరియు స్టాండర్డ్ ఆయిల్ ఏర్పాటు

అధ్యాయం 4: గ్లోబల్ గేమ్: 20వ మరియు 21వ శతాబ్దాలలో సమన్వయం మరియు ప్రమాణీకరణ

44

- అంతర్జాతీయ వాణిజ్య మరియు పెట్టుబడుల పెరుగుదల
- గ్లోబల్ లెక్కింపు ప్రమాణాలు మరియు సమైక్యత అవసరం
- ఇంటర్నేషనల్ అకౌంటింగ్ స్టాండర్డ్స్ బోర్డ్ (IASB) మరియు ఫైనాన్షియల్ అకౌంటింగ్ స్టాండర్డ్స్ బోర్డ్ (FASB) వంటి అంతర్జాతీయ సంస్థల పాత్ర
- ఆర్థిక నివేదికలపై సాంకేతిక పురోగతి యొక్క ప్రభావం
- కేసు అధ్యయనాలు: ఎన్‌రాన్ పతనం, సార్బేన్స్-ఆక్స్లీ చట్టం మరియు ఫిన్‌టెక్ పెరుగుదల

అధ్యాయం 5: సంఖ్యల భవిష్యత్తు: నవ ధోరణులు మరియు సవాళ్లు 54

- సస్టైనబిలిటీ నివేదికల పెరుగుదల మరియు ESG (పర్యావరణ, సామాజిక, మరియు పాలకత్వ నిర్వహణ) అంశాలు
- ఫైనాన్షియల్ నివేదికలపై బ్లాక్‌చైన్ మరియు ఇతర నవీన టెక్నాలజీల ప్రభావం
- లెక్కింపులో బిగ్ డేటా మరియు కృత్రిమ నేర్పరియతత్వం యొక్క నీతిపరమైన పరిశీలనలు
- వాతావరణ మార్పు మరియు అసమానతలను ఎదుర్కోవడంలో లెక్కింపు పాత్ర
- కేసు అధ్యయనాలు: టెస్లా యొక్క సస్టైనబిలిటీ నివేదిక, సామాజిక ప్రభావ పెట్టుబడుల పెరుగుదల, మరియు అల్గోరిథమిక్ ట్రేడింగ్ యొక్క నీతిపరమైన ప్రభావాలు

అధ్యాయం 6: నిర్ణయం: సంఖ్యలు చెప్పే కథలు
64

- ఆర్థిక నివేదిక పద్ధతులలో కీలక చారిత్రక పరిణామాల సారాంశం
- ఆర్థిక అక్షరాస్యత మరియు విమర్శనాత్మక ఆలోచన యొక్క ప్రాముఖ్యత.
- మారుతున్న ప్రపంచంలో లెక్కింపు యొక్క భవిష్యత్తు
- ముగింపు వ్యాఖ్యానాలు మరియు చర్యకు పిలుపు

Chapter 1: The Genesis of Numbers: Early Accounting and Recordkeeping

అధ్యాయం 1: సంఖ్యల పుట్టుక: ప్రారంభకాల లెక్కింపు మరియు రికార్డుల నిర్వహణ

పరిచయం: ఆర్థిక సంఖ్యలు అంటే ఏమిటి? వాటి ప్రాముఖ్యత ఏమిటి?

ఆర్థిక సంఖ్యలు అనేవి ఆర్థిక వ్యవస్థ యొక్క పనితీరును కొలవడానికి ఉపయోగించే గుణాత్మక మరియు పరిమాణాత్మక సమాచారం. అవి ఆర్థిక నివేదికలలో, అధ్యయనాలలో, మరియు ప్రజా వివాదాలలో కనిపిస్తాయి. ఆర్థిక సంఖ్యలు చాలా ముఖ్యమైనవి, ఎందుకంటే అవి మనకు ఆర్థిక వ్యవస్థ యొక్క స్థితిని అర్థం చేసుకోవడానికి మరియు మంచి ఆర్థిక నిర్ణయాలు తీసుకోవడానికి సహాయపడతాయి.

ఆర్థిక సంఖ్యల రకాలు

ఆర్థిక సంఖ్యలను అనేక రకాలుగా వర్గీకరించవచ్చు. ఒక సాధారణ వర్గీకరణ గుణాత్మక మరియు పరిమాణాత్మక సంఖ్యలను వేరు చేస్తుంది.

- గుణాత్మక సంఖ్యలు ఆర్థిక వ్యవస్థ యొక్క స్థితిని వివరించడానికి ఉపయోగించే సమాచారాన్ని అందిస్తాయి. ఉదాహరణకు, ఒక సంస్థ యొక్క ఆర్థిక స్థితిని వివరించడానికి "లాభదాయకంగా ఉంది" లేదా "నష్టాలలో ఉంది" అనే భాషను ఉపయోగించవచ్చు.

- పరిమాణాత్మక సంఖ్యలు ఆర్థిక వ్యవస్థ యొక్క స్థితిని కొలవడానికి ఉపయోగించే సంఖ్యలను అందిస్తాయి. ఉదాహరణకు, ఒక సంస్థ యొక్క ఆదాయాన్ని లేదా ఖర్చులను కొలవడానికి డాలర్లలో సంఖ్యలను ఉపయోగించవచ్చు.

ఆర్థిక సంఖ్యలను మరొక సాధారణ వర్గీకరణ వాటి ఉద్దేశ్యాన్ని బట్టి చేస్తుంది.

- నివేదికల సంఖ్యలు ఆర్థిక కార్యకలాపాల గురించి సమాచారాన్ని అందించడానికి ఉపయోగించబడతాయి. ఉదాహరణకు, సంస్థలు వారి ఆర్థిక స్థితిని వివరించడానికి వార్షిక నివేదికలను సమర్పించాలి.

- విశ్లేషణాత్మక సంఖ్యలు ఆర్థిక కార్యకలాపాల నుండి సమాచారాన్ని ఉపయోగించి ముఖ్యమైన వివరణలను అందించడానికి ఉపయోగించబడతాయి. ఉదాహరణకు, ఒక సంస్థ యొక్క వృద్ధి రేటును లేదా లాభదాయకతను లెక్కించడానికి విశ్లేషణాత్మక సంఖ్యలను ఉపయోగించవచ్చు.

ఆర్థిక సంఖ్యల ప్రాముఖ్యత

ఆర్థిక సంఖ్యలు చాలా ముఖ్యమైనవి, ఎందుకంటే అవి మనకు ఆర్థిక వ్యవస్థ యొక్క స్థితిని అర్థం చేసుకోవడానికి మరియు మంచి ఆర్థిక నిర్ణయాలు తీసుకోవడానికి సహాయపడతాయి.

లెక్కింపు పుట్టుక: మెసపొటేమియా, ఈజిప్ట్, గ్రీస్, మరియు రోమ్

లెక్కింపు అనేది మానవ నాగరికత యొక్క అతి పురాతన కళలలో ఒకటి. ఇది భౌతిక ప్రపంచాన్ని అర్థం చేసుకోవడానికి మరియు నియంత్రించడానికి మానవులకు అనుమతించే ఒక శక్తివంతమైన సాధనం. లెక్కింపు యొక్క మూలాలు మెసపొటేమియా, ఈజిప్ట్, గ్రీస్ మరియు రోమ్ వంటి ప్రాచీన నాగరికతలలో ఉన్నాయి. ఈ నాగరికతలు లెక్కింపు యొక్క అభివృద్ధికి గణనీయమైన మేలు చేశాయి మరియు ఆధునిక లెక్కింపు వ్యవస్థకు పునాది వేశాయి.

మెసపొటేమియా

మెసపొటేమియా అనేది ఆధునిక ఇరాక్ మరియు సిరియాలో ఉన్న ప్రాచీన ప్రాంతం. ఇది మానవ నాగరికత యొక్క పుట్టినిల్లుగా పరిగణించబడుతుంది మరియు లెక్కింపు యొక్క అభివృద్ధికి ఇది కీలకమైన పాత్ర పోషించింది.

మెసపొటేమియాలో లెక్కింపు యొక్క అభివృద్ధికి మూడు ప్రధాన అంశాలు దోహదపడ్డాయి. మొదట, మెసపొటేమియాలో జలవనరుల నిర్వహణకు లెక్కింపు అవసరం ఉండేది. రెండవది, మెసపొటేమియాలో వర్తకం పురోగమించడంతో, ధరలు మరియు మొత్తాలను లెక్కించడానికి లెక్కింపు అవసరం ఉండేది. మూడవది, మెసపొటేమియాలో పౌర సంస్కృతి అభివృద్ధి చెందడంతో, కాలం, క్యాలెండర్ మరియు ఖగోళశాస్త్రం వంటి విషయాలను లెక్కించడానికి లెక్కింపు అవసరం ఉండేది.

మెసపొటేమియాలో లెక్కింపు యొక్క అభివృద్ధిలో కొన్ని కీలక ఘట్టాలు ఇక్కడ ఉన్నాయి:

- అబాకుస్: మెసపొటేమియాలో లెక్కింపు యొక్క అత్యంత ప్రాచీన సాధనం అబాకుస్. ఇది ఒక చెక్క బోర్డు మీద క్రమంగా కూర్చున్న చిన్న రాళ్లను లేదా పిండిని ఉపయోగించే ఒక సంఖ్యా వ్యవస్థ.
- 60-ఆధారిత సంఖ్యా వ్యవస్థ: మెసపొటేమియాలో 60-ఆధారిత సంఖ్యా వ్యవస్థను ఉపయోగించారు. ఈ వ్యవస్థలో, 10-ఆధారిత సంఖ్యా వ్యవస్థ వలె, 0 నుండి 9 వరకు సంఖ్యలు ఉంటాయి. అయితే, 10 తర్వాత, సంఖ్యలు 60 నుండి 59 వరకు పెరుగుతాయి. ఈ వ్యవస్థను కాలం, క్యాలెండర్ మరియు ఖగోళశాస్త్రం వంటి అనేక విషయాలను లెక్కించడానికి ఉపయోగించారు.

పునరుజ్జీవనకాల ఇటలీలో ద్వి-ముఖ లెక్కింపు పద్ధతి పరిణామం

పునరుజ్జీవనకాల ఇటలీలో, ద్వి-ముఖ లెక్కింపు పద్ధతి అనేది ఒక ముఖ్యమైన సాంకేతికత అభివృద్ధి. ఈ పద్ధతి ఆధునిక లెక్కింపు వ్యవస్థకు పునాది వేసింది.

ద్వి-ముఖ లెక్కింపు పద్ధతిలో, సంఖ్యలు రెండు వరుసలలో రాయబడతాయి. మొదటి వరుసలో, సంఖ్యలు 1 నుండి 9 వరకు ఉంటాయి. రెండవ వరుసలో, సంఖ్యలు 10 నుండి 99 వరకు ఉంటాయి.

ద్వి-ముఖ లెక్కింపు పద్ధతిని మొదట 13వ శతాబ్దంలో ఇటాలియన్ గణిత శాస్త్రవేత్త లూకా పచాలి చిత్రీకరించారు. పచాలి తన "లెక్కింపు యొక్క కోడ్" (Codex de Arithmetica) అనే గ్రంథంలో ఈ పద్ధతిని వివరించారు.

పచాలి ద్వి-ముఖ లెక్కింపు పద్ధతిని ఆవిష్కరించడానికి గ్రీకు లెక్కింపు వ్యవస్థ నుండి ప్రేరణ పొందారు. గ్రీకులు 60-ఆధారిత సంఖ్యా వ్యవస్థను ఉపయోగించారు. ఈ వ్యవస్థలో, సంఖ్యలు రెండు వరుసలలో రాయబడతాయి. మొదటి వరుసలో, సంఖ్యలు 1 నుండి 9 వరకు ఉంటాయి. రెండవ వరుసలో, సంఖ్యలు 10 నుండి 59 వరకు ఉంటాయి.

పచాలి ద్వి-ముఖ లెక్కింపు పద్ధతిని ఒక సులభమైన మరియు సమర్థవంతమైన పద్ధతిగా కనుగొన్నారు. ఈ పద్ధతిని ఉపయోగించి, సంఖ్యలను త్వరగా మరియు సులభంగా లెక్కించవచ్చు.

పునరుజ్జీవనకాలంలో, ద్వి-ముఖ లెక్కింపు పద్ధతి వేగంగా వ్యాప్తి చెందింది. ఈ పద్ధతిని ఉపయోగించి అనేక రకాల లెక్కలను నిర్వహించవచ్చు. ఈ పద్ధతిని వ్యాపారం, ఖగోళశాస్త్రం, ఇంజనీరింగ్ మరియు ఇతర అనేక రంగాలలో ఉపయోగించారు.

ద్వి-ముఖ లెక్కింపు పద్ధతి ఆధునిక లెక్కింపు వ్యవస్థకు పునాది వేసింది. ఈ పద్ధతిని ఉపయోగించి, మానవులు సంఖ్యలను మరింత సమర్థవంతంగా మరియు సులభంగా నిర్వహించగలిగారు.

ద్వి-ముఖ లెక్కింపు పద్ధతి యొక్క కొన్ని ప్రయోజనాలు

- ఈ పద్ధతిని ఉపయోగించి, సంఖ్యలను త్వరగా మరియు సులభంగా లెక్కించవచ్చు.
- ఈ పద్ధతిని ఉపయోగించి, పెద్ద సంఖ్యలను లెక్కించడం కూడా సులభం.
- ఈ పద్ధతిని ఉపయోగించి, సంక్లిష్టమైన లెక్కలను కూడా నిర్వహించవచ్చు.

ప్రారంభకాల లెక్కింపు పద్ధతులలో మతం మరియు నీతిశాస్త్రం యొక్క పాత్ర

లెక్కింపు అనేది మానవ నాగరికత యొక్క అతి పురాతన కళలలో ఒకటి. ఇది భౌతిక ప్రపంచాన్ని అర్థం చేసుకోవడానికి మరియు నియంత్రించడానికి మానవులకు అనుమతించే ఒక శక్తివంతమైన సాధనం. ప్రారంభకాల లెక్కింపు పద్ధతులు మతం మరియు నీతిశాస్త్రంతో ముడిపడి ఉన్నాయి.

మతం

మతం ప్రారంభకాల లెక్కింపు పద్ధతులను అభివృద్ధి చేయడానికి మరియు వ్యాప్తి చేయడానికి ఒక ముఖ్యమైన శక్తిగా పనిచేసింది. మతం యొక్క అనేక అంశాలు లెక్కింపుతో ముడిపడి ఉన్నాయి. ఉదాహరణకు, కాలం, క్యాలెండర్, మరియు ఖగోళశాస్త్రం వంటివి మతంతో సంబంధం ఉన్నవి. ఈ అంశాలను అర్థం చేసుకోవడానికి మరియు లెక్కించడానికి లెక్కింపు అవసరం.

మతం ప్రారంభకాల లెక్కింపు పద్ధతుల అభివృద్ధికి కొన్ని నిర్దిష్ట మార్గాల్లో సహాయపడింది. ఉదాహరణకు, మతం లెక్కింపు గురించి మరియు దాని ప్రాముఖ్యత గురించి ప్రజలకు అవగాహన కల్పించడంలో సహాయపడింది. మతం లెక్కింపును నేర్పడానికి మరియు ప్రచారం చేయడానికి కూడా సహాయపడింది.

నీతిశాస్త్రం

నీతిశాస్త్రం కూడా ప్రారంభకాల లెక్కింపు పద్ధతుల అభివృద్ధిలో ఒక ముఖ్యమైన పాత్ర పోషించింది. నీతిశాస్త్రం

లెక్కింపును సరైన మరియు సమాజానికి ప్రయోజనకరమైన విధంగా ఉపయోగించడానికి ప్రజలకు సహాయపడింది.

నీతిశాస్త్రం ప్రారంభకాల లెక్కింపు పద్ధతుల అభివృద్ధికి కొన్ని నిర్దిష్ట మార్గాల్లో సహాయపడింది. ఉదాహరణకు, నీతిశాస్త్రం లెక్కింపును న్యాయంగా మరియు సమానంగా ఉపయోగించడానికి ప్రజలకు అవగాహన కల్పించడంలో సహాయపడింది. నీతిశాస్త్రం లెక్కింపును నిజాయితీగా మరియు నైతికంగా ఉపయోగించడానికి ప్రజలను ప్రోత్సహించడంలో కూడా సహాయపడింది.

ప్రారంభకాల లెక్కింపు పద్ధతులలో మతం మరియు నీతిశాస్త్రం యొక్క ప్రభావం

మతం మరియు నీతిశాస్త్రం ప్రారంభకాల లెక్కింపు పద్ధతులపై గణనీయమైన ప్రభావాన్ని చూపాయి. ఈ శక్తులు లెక్కింపు యొక్క అభివృద్ధి మరియు వ్యాప్తిని ప్రోత్సహించడంలో సహాయపడ్డాయి.

కేసు అధ్యయనాలు: మెడిసి కుటుంబం, ఫ్యుగర్స్, మరియు ఈస్ట్ ఇండియా కంపెనీ

ఈ కేసు అధ్యయనాలు పునరుజ్జీవనకాల ఇటలీ, 18వ శతాబ్దపు ఫ్రాన్స్, మరియు 18వ శతాబ్దపు బ్రిటన్‌లోని వ్యాపార సంస్కృతులను విశ్లేషిస్తాయి. ఈ సంస్కృతులన్నీ తమ స్వంత ప్రత్యేకమైన లక్షణాలను కలిగి ఉన్నప్పటికీ, అవి అన్నింటికీ కొన్ని సాధారణ అంశాలు ఉన్నాయి.

మెడిసి కుటుంబం

మెడిసి కుటుంబం ఫ్లోరెన్స్‌కు చెందిన ఒక ధనవంతమైన కుటుంబం. వారు 14వ నుండి 18వ శతాబ్దాల వరకు ఫ్లోరెన్స్‌ను పరిపాలించారు. మెడిసి కుటుంబం తమ వ్యాపార నైపుణ్యాలకు ప్రసిద్ధి చెందారు. వారు ఫ్లోరెన్స్‌ను ఒక ముఖ్యమైన వాణిజ్య కేంద్రంగా మార్చడంలో సహాయపడ్డారు.

మెడిసి కుటుంబం యొక్క వ్యాపార విజయానికి అనేక అంశాలు దోహదపడ్డాయి. మొదట, మెడిసిలు ఐరోపా మరియు ఆసియా మధ్య వ్యాపారంలో ప్రవేశించారు. ఈ వ్యాపారం వారికి లాభదాయకమైన అవకాశాలను అందించింది. రెండవది, మెడిసిలు ఫ్లోరెన్స్‌లోని పారిశ్రామిక రంగానికి మద్దతు ఇచ్చారు. ఈ మద్దతు వారికి స్థానిక మార్కెట్‌లో ప్రత్యేకమైన ప్రాధాన్యతను ఇచ్చింది. మూడవది, మెడిసిలు ఫ్లోరెన్స్‌లోని బ్యాంకింగ్ రంగానికి మద్దతు ఇచ్చారు. ఈ మద్దతు వారికి ఆర్థికంగా బలంగా ఉండటానికి సహాయపడింది.

ఫ్యుగర్స్

ఫ్యుగర్స్ అనేది 18వ శతాబ్దపు ఫ్రాన్స్‌లోని ఒక ధనవంతమైన కుటుంబం. వారు వ్యాపారం, బ్యాంకింగ్, మరియు ఫ్యాషన్ రంగాలలో విజయం సాధించారు. ఫ్యుగర్లు ఫ్రాన్స్‌లోని పునరుజ్జీవనకాల సంస్కృతిలో కీలక పాత్ర పోషించారు.

ఫ్యుగర్ల వ్యాపార విజయానికి అనేక అంశాలు దోహదపడ్డాయి. మొదట, ఫ్యుగర్లు ఫ్రాన్స్‌లోని పారిశ్రామిక రంగానికి మద్దతు ఇచ్చారు. ఈ మద్దతు వారికి స్థానిక మార్కెట్‌లో ప్రత్యేకమైన ప్రాధాన్యతను ఇచ్చింది. రెండవది, ఫ్యుగర్లు ఫ్రాన్స్‌లోని బ్యాంకింగ్ రంగానికి మద్దతు ఇచ్చారు. ఈ మద్దతు వారికి ఆర్థికంగా బలంగా ఉండటానికి సహాయపడింది. మూడవది, ఫ్యుగర్లు ఫ్రాన్స్‌లోని ఫ్యాషన్ రంగంలో వినూత్నతలు తీసుకురావడంలో ముందున్నారు. ఈ వినూత్నతలు వారికి ఖ్యాతిని తెచ్చిపెట్టాయి.

Chapter 2: For King and Country: The Development of National Accounting Systems
అధ్యాయం 2: రాజు మరియు దేశానికి: జాతీయ లెక్కింపు వ్యవస్థల పరిణామం

కేంద్రీకృత ప్రభుత్వాల పెరుగుదల మరియు ఆర్థిక నియంత్రణ అవసరం

ప్రపంచం యొక్క రాజకీయ మరియు ఆర్థిక భూదృశ్యం వేగంగా మారుతోంది. ఒకప్పుడు ప్రజాస్వామ్యం మరియు ఉదారవాద ఆర్థిక వ్యవస్థలు ఆధిపత్యం చెలాయించినప్పుడు, నేడు ఒకే కేంద్ర ప్రభుత్వం మరియు ఆర్థిక నియంత్రణలకు బలమైన మద్ధతు ఉంది.

కేంద్రీకృత ప్రభుత్వాల పెరుగుదలకు అనేక కారణాలు ఉన్నాయి. ఒక కారణం ఏమిటంటే, రాజకీయ అస్థిరత మరియు అంతర్యుద్ధం వంటి సవాళ్లను ఎదుర్కోవడానికి ప్రజలు కేంద్రీకృత ప్రభుత్వాలను కోరుకుంటున్నారు. మరొక కారణం ఏమిటంటే, ప్రపంచీకరణ మరియు టెక్నాలజీ యొక్క అభివృద్ధి వల్ల దేశాల మధ్య అనుసంధానం పెరుగుతోంది, ఇది కేంద్రీకృత నిర్వహణను అవసరం చేస్తుంది.

ఆర్థిక నియంత్రణలకు బలమైన మద్ధతు కూడా ఉంది. ఒక కారణం ఏమిటంటే, ఆర్థిక అస్థిరత మరియు ద్రవ్యోల్బణం వంటి సవాళ్లను ఎదుర్కోవడానికి ప్రజలు ఆర్థిక నియంత్రణలను కోరుకుంటున్నారు. మరొక కారణం ఏమిటంటే, పర్యావరణ సంరక్షణ మరియు సామాజిక న్యాయం వంటి సామాజిక లక్ష్యాలను సాధించడానికి ఆర్థిక నియంత్రణలు అవసరమని ప్రజలు నమ్ముతున్నారు.

కేంద్రీకృత ప్రభుత్వాల పెరుగుదల మరియు ఆర్థిక నియంత్రణలకు కొన్ని ప్రయోజనాలు ఉన్నాయి. ఈ వ్యవస్థలు రాజకీయ అస్థిరతను తగ్గించడంలో, ఆర్థిక అస్థిరతను నియంత్రించడంలో మరియు సామాజిక లక్ష్యాలను సాధించడంలో సహాయపడతాయి.

అయితే, ఈ వ్యవస్థలకు కొన్ని ప్రమాదాలు కూడా ఉన్నాయి. ఈ వ్యవస్థలు అధికారిక దుర్వినియోగానికి దారితీయవచ్చు మరియు వ్యక్తిగత స్వేచ్ఛను పరిమితం చేయవచ్చు.

కేంద్రీకృత ప్రభుత్వాల పెరుగుదల మరియు ఆర్థిక నియంత్రణల ప్రభావం గురించి ఒక స్పష్టమైన అభిప్రాయం లేదు. ఈ వ్యవస్థలు కొన్ని ప్రయోజనాలను అందిస్తాయి, అయితే అవి కొన్ని ప్రమాదాలను కూడా కలిగి ఉంటాయి. ఈ వ్యవస్థలను ఎలా అమలు చేయాలో మరియు వాటి ప్రభావాలను ఎలా నియంత్రించాలో నిర్ణయించడం ఒక క్లిష్టమైన సవాలు.

జాతీయ ఖజనాల మరియు ప్రారంభ బడ్జెట్ పద్ధతుల పరిణామం

ప్రభుత్వాలకు తమ ఆర్థిక వనరులను సమర్థవంతంగా నిర్వహించడానికి మరియు వారి ప్రజలకు సేవలను అందించడానికి ఖజనాలు మరియు బడ్జెట్‌లు చాలా ముఖ్యమైనవి. జాతీయ ఖజనాలు మరియు ప్రారంభ బడ్జెట్ పద్ధతులు చారిత్రకంగా ఎలా అభివృద్ధి చెందాయి అనే దానిపై ఈ వ్యాసం దృష్టి పెడుతుంది.

ప్రాచీన కాలం

ప్రపంచంలోని మొట్టమొదటి ఖజనాలు ప్రాచీన ఈజిప్ట్, మెసొపొటేమియా మరియు చైనాలో కనిపించాయి. ఈ ఖజనాలు ప్రభుత్వ ఆస్తిని నిల్వ చేయడానికి మరియు ఆదాయం మరియు వ్యయాన్ని ట్రాక్ చేయడానికి ఉపయోగించబడ్డాయి.

ప్రారంభ బడ్జెట్‌లు కూడా ప్రాచీన కాలంలో అభివృద్ధి చెందాయి. ఈజిప్ట్‌లో, ప్రతి సంవత్సరం ప్రభుత్వం ఒక కొత్త బడ్జెట్‌ను రూపొందించింది, ఇది ప్రభుత్వ ఖర్చులను నిర్వహించడానికి ఉపయోగించబడింది.

మధ్యయుగం

మధ్యయుగంలో, ఖజనాలు మరియు బడ్జెట్‌లు చాలా అస్థిరంగా ఉన్నాయి. ప్రభుత్వాలు తరచుగా యుద్ధం, కరువు లేదా ఇతర అత్యవసర పరిస్థితుల వల్ల ఆర్థికంగా ఇబ్బంది పడ్డాయి.

ఆధునిక కాలం

ఆధునిక కాలంలో, ఖజనాలు మరియు బడ్జెట్‌లు మరింత సమర్థవంతంగా మరియు ఆధునికంగా అభివృద్ధి చెందాయి. 17వ శతాబ్దంలో, ఫ్రాన్స్‌లో ఒక కొత్త రకమైన బడ్జెట్ రూపొందించబడింది, ఇది ప్రభుత్వ ఆదాయం మరియు వ్యయాలను మరింత ఖచ్చితంగా అంచనా వేయడానికి ఉపయోగించబడింది.

19వ శతాబ్దంలో, ఖజనాలు మరియు బడ్జెట్‌లపై శాస్త్రీయ పద్ధతులు అభివృద్ధి చెందాయి. ఈ పద్ధతులు ప్రభుత్వ ఆర్థిక వ్యవస్థను మరింత సమర్థవంతంగా నిర్వహించడంలో సహాయపడ్డాయి.

విధానాలలో మార్పులు

ఖజనాలు మరియు బడ్జెట్ పద్ధతులలో కొన్ని కీలక మార్పులు జరిగాయి:

- బడ్జెట్‌లు మరింత స్థిరంగా మరియు పారదర్శకంగా మారాయి.
- ఖజనాలు మరింత సమర్థవంతంగా ఆర్థిక వనరులను నిర్వహించడానికి ఉపయోగించబడ్డాయి.
- బడ్జెట్‌లు ప్రభుత్వ ఆర్థిక వ్యవస్థను నిర్వహించడానికి మరియు ప్రజలకు సేవలను అందించడానికి ఒక ముఖ్యమైన సాధనంగా మారింది.

యుద్ధాలు, విప్లవాలు మరియు ఆర్థిక సంక్షోభాల ప్రభావం

యుద్ధాలు, విప్లవాలు మరియు ఆర్థిక సంక్షోభాలు ప్రపంచ ఆర్థిక వ్యవస్థపై చాలా గణనీయమైన ప్రభావాన్ని చూపుతాయి. ఈ సంఘటనలు ఆర్థిక వృద్ధిని తగ్గించగలవు, ద్రవ్యోల్బణాన్ని పెంచగలవు మరియు నిరుద్యోగాన్ని పెంచగలవు.

యుద్ధాల ప్రభావం

యుద్ధాలు ప్రపంచ ఆర్థిక వ్యవస్థపై చాలా హానికరమైన ప్రభావాన్ని చూపుతాయి. యుద్ధాలు ఆయుధాలు, ఆహారం మరియు ఇతర ముఖ్యమైన వస్తువులకు డిమాండ్‌ను పెంచుతాయి, ఇది ధరలను పెంచుతుంది. యుద్ధాలు కూడా ఉత్పత్తిని తగ్గిస్తాయి, ఎందుకంటే వనరులు యుద్ధానికి మళ్ళించబడతాయి.

యుద్ధాల యొక్క కొన్ని నిర్దిష్ట ఆర్థిక ప్రభావాలు:

- ఆర్థిక వృద్ధిని తగ్గించడం: యుద్ధాలు ఆర్థిక వృద్ధిని తగ్గిస్తాయి, ఎందుకంటే అవి ఉత్పత్తిని తగ్గిస్తాయి మరియు ధరలను పెంచుతాయి.

- ద్రవ్యోల్బణాన్ని పెంచడం: యుద్ధాలు ద్రవ్యోల్బణాన్ని పెంచుతాయి, ఎందుకంటే అవి ఆయుధాలు, ఆహారం మరియు ఇతర ముఖ్యమైన వస్తువులకు డిమాండ్‌ను పెంచుతాయి.

- నిరుద్యోగాన్ని పెంచడం: యుద్ధాలు నిరుద్యోగాన్ని పెంచుతాయి, ఎందుకంటే అవి ఉత్పత్తిని తగ్గిస్తాయి మరియు వనరులు యుద్ధానికి మళ్ళించబడతాయి.

- బాహ్య అప్పులను పెంచడం: యుద్ధాలు ప్రభుత్వాలను బాహ్య అప్పులను పెంచడానికి దారితీస్తాయి, ఎందుకంటే అవి యుద్ధానికి డబ్బును సమకూర్చుకోవడానికి అవసరమైన నిధులను కనుగొనడానికి ప్రయత్నిస్తాయి.

విప్లవాల ప్రభావం

విప్లవాలు కూడా ప్రపంచ ఆర్థిక వ్యవస్థపై గణనీయమైన ప్రభావాన్ని చూపుతాయి. విప్లవాలు ఆర్థిక అస్థిరతకు దారితీస్తాయి, ఇది పెట్టుబడులను తగ్గిస్తుంది మరియు ఆర్థిక వృద్ధిని తగ్గిస్తుంది.

విప్లవాల యొక్క కొన్ని నిర్దిష్ట ఆర్థిక ప్రభావాలు:

- ఆర్థిక అస్థిరతను పెంచడం: విప్లవాలు ఆర్థిక అస్థిరతను పెంచుతాయి, ఇది పెట్టుబడులను తగ్గిస్తుంది మరియు ఆర్థిక వృద్ధిని తగ్గిస్తుంది.
- ద్రవ్యోల్బణాన్ని పెంచడం: విప్లవాలు ద్రవ్యోల్బణాన్ని పెంచుతాయి, ఎందుకంటే అవి ఆర్థిక వ్యవస్థను అస్థిరపరుస్తాయి.

ఆడిటింగ్ మరియు ప్రమాణీకరణ పెరుగుదల

ఆడిటింగ్ మరియు ప్రమాణీకరణ అనేవి ఆర్థిక వ్యవస్థను పరిశీలించడానికి మరియు మెరుగుపరచడానికి ఉపయోగించే రెండు ముఖ్యమైన సాధనాలు. ఆడిటింగ్ అనేది ఆర్థిక రికార్డుల యొక్క సరైనత మరియు పారదర్శకతను అంచనా వేయడానికి ఉపయోగించే ప్రక్రియ. ప్రమాణీకరణ అనేది నిర్దిష్ట పద్ధతులు మరియు ప్రమాణాలను అభివృద్ధి చేయడానికి ఉపయోగించే ప్రక్రియ, ఇవి వ్యాపారాలు మరియు ఇతర సంస్థలను సమర్థవంతంగా మరియు సమాచార రీతిలో నిర్వహించడంలో సహాయపడతాయి.

ఆడిటింగ్ మరియు ప్రమాణీకరణ యొక్క పెరుగుదలకు అనేక కారణాలు ఉన్నాయి:

- ప్రపంచీకరణ: ప్రపంచీకరణ వల్ల వ్యాపారాలు మరియు ఇతర సంస్థలు అంతర్జాతీయంగా పనిచేస్తున్నాయి. ఈ పరిస్థితిలో, ఆడిటింగ్ మరియు ప్రమాణీకరణ యొక్క ప్రాముఖ్యత పెరిగింది, ఎందుకంటే అవి వ్యాపారాల యొక్క ఆర్థిక కార్యకలాపాలను అర్థం చేసుకోవడంలో మరియు వాటిని పరిశీలించడంలో సహాయపడతాయి.

- ఆర్థిక సంక్షోభాలు: ఆర్థిక సంక్షోభాలు ఆడిటింగ్ మరియు ప్రమాణీకరణ యొక్క ప్రాముఖ్యతను కూడా పెంచుతాయి. ఆర్థిక సంక్షోభాల సమయంలో, పెట్టుబడిదారులు మరియు ఇతర ప్రతిస్పందించేవారు వ్యాపారాల యొక్క ఆర్థిక ఆరోగ్యం గురించి మరింత సమాచారాన్ని కోరుకుంటారు.

- సాంకేతికత: సాంకేతికత యొక్క అభివృద్ధి ఆడిటింగ్ మరియు ప్రమాణీకరణను మరింత సమర్థవంతంగా

మరియు సమర్థవంతంగా చేస్తుంది. కంప్యూటర్లు మరియు ఇతర ఆధునిక సాంకేతికతలు ఆడిటర్లు మరియు ప్రమాణీకరణ నిపుణులకు పెద్ద మొత్తంలో డేటాను వేగంగా మరియు సమర్థవంతంగా విశ్లేషించడానికి అనుమతిస్తాయి.

ఆడిటింగ్ మరియు ప్రమాణీకరణ యొక్క పెరుగుదల ఆర్థిక వ్యవస్థకు అనేక ప్రయోజనాలను అందిస్తుంది:

- ఆర్థిక పారదర్శకతను పెంచడం: ఆడిటింగ్ మరియు ప్రమాణీకరణ ఆర్థిక రికార్డుల యొక్క సరైనత మరియు పారదర్శకతను నిర్ధారించడంలో సహాయపడతాయి. ఇది పెట్టుబడిదారులు, వినియోగదారులు మరియు ఇతర ప్రతిస్పందించేవారు ఆర్థిక సంస్థల గురించి మరింత సమాచారాన్ని అందించడంలో సహాయపడుతుంది.

కేసు అధ్యయనాలు: ఇంగ్లీష్ ఎక్స్‌చెకర్, ఫ్రెంచ్ ఇంటెండెంట్ సిస్టమ్ మరియు అమెరికన్ విప్లవం

ఇంగ్లీష్ ఎక్స్‌చెకర్

ఇంగ్లీష్ ఎక్స్‌చెకర్ అనేది 12వ శతాబ్దంలో ఏర్పడిన ఒక ప్రభుత్వ సంస్థ. ఇది రాజు యొక్క ఆదాయం మరియు వ్యయాన్ని నిర్వహించడానికి బాధ్యత వహిస్తుంది. ఎక్స్‌చెకర్ యొక్క ప్రధాన పనులలో ఒకటి రాజు యొక్క ఆదాయాన్ని సేకరించడం. ఇది పన్నులు, రేవులు మరియు ఇతర వనరుల నుండి వచ్చే ఆదాయాన్ని సేకరిస్తుంది. ఎక్స్‌చెకర్ యొక్క మరొక ప్రధాన పనులలో ఒకటి రాజు యొక్క వ్యయాన్ని నిర్వహించడం. ఇది రాజు యొక్క సైన్యం, నావికాదళం మరియు ఇతర విధులకు నిధులు సమకూరుస్తుంది.

ఎక్స్‌చెకర్ యొక్క పనితీరు చాలా సంవత్సరాలుగా మారింది. 13వ శతాబ్దంలో, ఎక్స్‌చెకర్ ఒక వ్యక్తి, చెక్కర్, ద్వారా నిర్వహించబడింది. 14వ శతాబ్దంలో, ఎక్స్‌చెకర్ ఒక కౌన్సిల్ ద్వారా నిర్వహించబడింది. 16వ శతాబ్దంలో, ఎక్స్‌చెకర్ ఒక శాశ్వత కార్యాలయం అయింది.

ఎక్స్‌చెకర్ యొక్క పనితీరు ఆంగ్ల రాజ్యం యొక్క అభివృద్ధిలో ఒక ముఖ్యమైన పాత్ర పోషించింది. ఇది రాజు యొక్క ఆర్థిక వనరులను మరింత సమర్థవంతంగా నిర్వహించడానికి మరియు ఆంగ్ల రాజ్యాన్ని బలపరచడానికి సహాయపడింది.

ఫ్రెంచ్ ఇంటెండెంట్ సిస్టమ్

ఫ్రెంచ్ ఇంటెండెంట్ సిస్టమ్ అనేది 16వ శతాబ్దంలో ఫ్రాన్స్‌లో ప్రారంభమైన ఒక ప్రభుత్వ వ్యవస్థ. ఇది ఫ్రాన్స్‌ను

రాష్ట్రపాలిత ప్రాంతాలుగా విభజించింది, ప్రతి ప్రాంతానికి ఒక ఇంటెండెంట్ నియమించబడ్డాడు. ఇంటెండెంట్‌లు రాజు యొక్క ఆదాయం మరియు వ్యయాన్ని నిర్వహించడానికి బాధ్యత వహించారు.

ఇంటెండెంట్ సిస్టమ్ రాజు యొక్క ఆర్థిక వనరులను మరింత సమర్థవంతంగా నిర్వహించడానికి సహాయపడింది. ఇది రాజు యొక్క నియంత్రణను ప్రాంతాలపై పెంచడానికి కూడా సహాయపడింది.

Chapter 3: The Industrial Revolution: Accounting for Growth and Profit

అధ్యాయం 3: పారిశ్రామిక విప్లవం: వృద్ధి మరియు లాభాలకు లెక్కింపు

కార్పొరేషన్ల పుట్టుక మరియు షేర్‌హోల్డర్ల పారదర్శకత అవసరం

కార్పొరేషన్లు అనేవి న్యాయపరమైన వ్యక్తులు, వీటిని వ్యాపారాలు లేదా సంస్థలుగా పిలుస్తారు. వీటిని సాధారణంగా షేర్లను కలిగి ఉన్న వ్యక్తులు లేదా సంస్థలు నిర్వహిస్తారు.

కార్పొరేషన్ల పుట్టుక 17వ శతాబ్దం నాటికి జరిగింది. ఈ సమయంలో, వ్యాపారం మరియు పారిశ్రామికీకరణ యొక్క వృద్ధి కారణంగా, పెద్ద మొత్తంలో పెట్టుబడి అవసరమైంది. ఈ పెట్టుబడిని సేకరించడానికి, షేర్‌హోల్డర్లతో కలిసి పనిచేసే ఒక స్వతంత్ర వ్యక్తి లేదా సంస్థను ఏర్పాటు చేయడం అవసరమైంది.

కార్పొరేషన్ల పుట్టుక అనేక ప్రయోజనాలను కలిగి ఉంది. మొదట, ఇది పెద్ద మొత్తంలో పెట్టుబడిని సేకరించడానికి సులభమైన మార్గాన్ని అందించింది. రెండవది, ఇది వ్యాపారాలకు పెద్ద మొత్తంలో ఆస్తిని కలిగి ఉండటానికి అనుమతించింది. మూడవది, ఇది వ్యాపారాలకు దూరంగా ఉండే నిర్ణయాలు తీసుకోవడానికి అనుమతించింది.

కార్పొరేషన్లు అనేక ప్రయోజనాలను కలిగి ఉన్నప్పటికీ, అవి కొన్ని సమస్యలకు కూడా దారితీశాయి. ఒక ప్రధాన సమస్య షేర్‌హోల్డర్ల పారదర్శకత లేకపోవడం.

షేర్‌హోల్డర్లు అనేది కార్పొరేషన్లను నిర్వహించే వ్యక్తులు లేదా సంస్థలు. వారికి కార్పొరేషన్ యొక్క ఆస్తిలో వాటా ఉంది మరియు కార్పొరేషన్ యొక్క నిర్ణయాలలో ఓటు వేయడానికి అర్హత ఉంది.

కార్పొరేషన్లు తమ షేర్‌హోల్డర్లకు తమ ఆర్థిక పనితీరు మరియు నిర్ణయాల గురించి సమాచారాన్ని అందించాల్సిన అవసరం ఉంది. ఈ సమాచారం షేర్‌హోల్డర్లు వారి పెట్టుబడులను నిర్ణయించుకోవడానికి మరియు కార్పొరేషన్లను పర్యవేక్షించడానికి అవసరం.

అయితే, అనేక కార్పొరేషన్లు తమ షేర్‌హోల్డర్లకు తగినంత సమాచారాన్ని అందించడం లేదు. ఈ పారదర్శకత లేకపోవడం అనేక సమస్యలకు దారితీస్తుంది.

ఒక సమస్య షేర్‌హోల్డర్లకు తమ పెట్టుబడులను నిర్ణయించుకోవడంలో ఇబ్బందులు కలిగిస్తుంది. షేర్‌హోల్డర్లు కార్పొరేషన్ యొక్క ఆర్థిక పనితీరు మరియు నిర్ణయాల గురించి సమాచారాన్ని కలిగి లేకపోతే, వారు తమ పెట్టుబడులను తెలివైన నిర్ణయం తీసుకోవడానికి

ఆర్థిక నివేదికల పరిణామం: బ్యాలన్స్ షీట్, ఇన్‌కం స్టేట్‌మెంట్ మరియు క్యాష్ ఫ్లో స్టేట్‌మెంట్

పరిచయం

ఆర్థిక నివేదికలు ఏదైనా సంస్థ లేదా వ్యక్తి యొక్క ఆర్థిక పనితీరును వివరించే పత్రాలు. వీటిని వివిధ ప్రయోజనాల కోసం ఉపయోగిస్తారు, వీటిలో:

- సంస్థ లేదా వ్యక్తి యొక్క ఆర్థిక ఆరోగ్యాన్ని అంచనా వేయడం
- పెట్టుబడి నిర్ణయాలు తీసుకోవడం
- రుణం మంజూరు చేయడం
- పన్నులను లెక్కించడం

ఆర్థిక నివేదికలు మూడు ప్రధాన రకాలు:

- బ్యాలన్స్ షీట్
- ఇన్‌కం స్టేట్‌మెంట్
- క్యాష్ ఫ్లో స్టేట్‌మెంట్

బ్యాలన్స్ షీట్

బ్యాలన్స్ షీట్ ఒక సంస్థ లేదా వ్యక్తి యొక్క ఆస్తులను, బాధ్యతలను మరియు స్వయం నిధులను ఒక నిర్దిష్ట సమయంలో చూపుతుంది. బ్యాలన్స్ షీట్‌లోని ప్రతి అంశం రెండు వైపులకు విభజించబడింది:

- ఎడమ వైపు ఆస్తులు
- కుడి వైపు బాధ్యతలు మరియు స్వయం నిధులు

ఆస్తులు అనేవి సంస్థ లేదా వ్యక్తి యొక్క కష్టమర్లు, సరుకులు, భౌతిక ఆస్తి మరియు ఇతర ఆస్తి పరిధిలోని అంశాలు. బాధ్యతలు అనేవి సంస్థ లేదా వ్యక్తి యొక్క రుణాలు, అప్పులు మరియు ఇతర బాధ్యతలు. స్వయం నిధులు అనేవి సంస్థ లేదా వ్యక్తి యొక్క స్వంత నిధులు, ఇందులో వాటాదారుల నిధులు మరియు నిలువలు ఉన్నాయి.

బ్యాలన్స్ షీట్ యొక్క సాధారణ సమీకరణ:

ఆస్తులు = బాధ్యతలు + స్వయం నిధులు

ఇన్కం స్టేట్మెంట్

ఇన్కం స్టేట్మెంట్ ఒక సంస్థ లేదా వ్యక్తి యొక్క ఒక నిర్దిష్ట సమయంలో ఆదాయం, వ్యయం మరియు లాభాన్ని చూపుతుంది. ఇన్కం స్టేట్మెంట్లోని ప్రతి అంశం రెండు వైపులకు విభజించబడింది:

- ఎడమ వైపు ఆదాయం
- కుడి వైపు వ్యయం మరియు లాభం

ఆదాయం అనేవి సంస్థ లేదా వ్యక్తి యొక్క ఉత్పత్తులు లేదా సేవల నుండి వచ్చే రాబడి. వ్యయం అనేవి సంస్థ లేదా వ్యక్తి యొక్క ఆదాయాన్ని ఉత్పత్తి చేయడానికి అవసరమైన వనరుల ఖర్చు. లాభం అనేది ఆదాయం నుండి వ్యయాన్ని తీసివేసిన తర్వాత మిగిలిన మొత్తం.

క్యాష్ ఫ్లో స్టేట్మెంట్

క్యాష్ ఫ్లో స్టేట్మెంట్ అనేది ఒక సంస్థ లేదా వ్యక్తి యొక్క నగదు ప్రవాహాలను వివరించే ఒక ఆర్థిక నివేదిక. ఇది సంస్థ లేదా వ్యక్తి యొక్క ఒక నిర్దిష్ట సమయంలో లాభం లేదా నష్టంతో సంబంధం లేకుండా, ఎంత నగదును ఉత్పత్తి చేస్తోంది మరియు ఎంత నగదును ఖర్చు చేస్తోంది అనే దాని గురించి సమాచారాన్ని అందిస్తుంది.

క్యాష్ ఫ్లో స్టేట్మెంట్ మూడు ప్రధాన విభాగాలను కలిగి ఉంటుంది:

- పరిపాలనా కార్యకలాపాల నుండి నగదు ప్రవాహాలు
- పెట్టుబడి కార్యకలాపాల నుండి నగదు ప్రవాహాలు
- ఫైనాన్సింగ్ కార్యకలాపాల నుండి నగదు ప్రవాహాలు

పరిపాలనా కార్యకలాపాల నుండి నగదు ప్రవాహాలు

పరిపాలనా కార్యకలాపాల నుండి నగదు ప్రవాహాలు అనేవి సంస్థ లేదా వ్యక్తి యొక్క ప్రాథమిక కార్యకలాపాల నుండి వచ్చే నగదు ప్రవాహాలు. వీటిలో విక్రయాల నుండి నగదు రాబడి, కస్టమర్ల నుండి ముందుగా చెల్లించిన నగదు, మరియు ఉత్పత్తులు లేదా సేవల కోసం అందించిన నగదు సేవలు ఉన్నాయి.

పెట్టుబడి కార్యకలాపాల నుండి నగదు ప్రవాహాలు

పెట్టుబడి కార్యకలాపాల నుండి నగదు ప్రవాహాలు అనేవి సంస్థ లేదా వ్యక్తి తన ఆస్తులను పెంచడానికి ఉపయోగించే

నగదు ప్రవాహాలు. వీటిలో కొత్త ఆస్తిని కొనుగోలు చేయడానికి, ఆస్తిని మెరుగుపరచడానికి లేదా ఆస్తిని విక్రయించడం నుండి వచ్చే నగదు లాభం ఉన్నాయి.

ఫైనాన్సింగ్ కార్యకలాపాల నుండి నగదు ప్రవాహాలు

ఫైనాన్సింగ్ కార్యకలాపాల నుండి నగదు ప్రవాహాలు అనేవి సంస్థ లేదా వ్యక్తి తన ఆర్థిక స్థితిని మెరుగుపరచడానికి ఉపయోగించే నగదు ప్రవాహాలు. వీటిలో రుణాలు తీసుకోవడం నుండి వచ్చే నగదు లాభం, రుణాలను తిరిగి చెల్లించడానికి వినియోగించే నగదు, మరియు వాటాదారుల నుండి నిధులు సేకరించడం నుండి వచ్చే నగదు లాభం ఉన్నాయి.

ఆర్థిక విశ్లేషణ మరియు వాల్యుయేషన్ పద్ధతుల పెరుగుదల

ఆర్థిక విశ్లేషణ మరియు వాల్యుయేషన్ పద్ధతులు సంవత్సరాలుగా అభివృద్ధి చెందాయి. ఈ పద్ధతులు సంస్థలు, పెట్టుబడిదారులు మరియు ఇతర ఆర్థిక నిర్ణేయకులకు ముఖ్యమైన సమాచారాన్ని అందిస్తాయి.

ఆర్థిక విశ్లేషణ అనేది ఒక సంస్థ లేదా వ్యక్తి యొక్క ఆర్థిక పనితీరును అంచనా వేయడానికి ఉపయోగించే విధానాల సమితి. ఆర్థిక విశ్లేషణ పద్ధతులు సాధారణంగా బ్యాలన్స్ షీట్, ఇన్కం స్టేట్మెంట్ మరియు క్యాష్ ఫ్లో స్టేట్మెంట్ వంటి ఆర్థిక నివేదికలను ఉపయోగిస్తాయి.

వాల్యుయేషన్ అనేది ఒక సంస్థ లేదా ఆస్తి యొక్క విలువను నిర్ణయించే ప్రక్రియ. వాల్యుయేషన్ పద్ధతులు వివిధ అంశాలను పరిగణనలోకి తీసుకుంటాయి, వీటిలో ఆస్తి యొక్క ఆదాయం, ఆస్తి యొక్క ఆస్తి, మరియు ఆస్తి యొక్క మార్కెట్ పరిస్థితులు ఉన్నాయి.

ఆర్థిక విశ్లేషణ మరియు వాల్యుయేషన్ పద్ధతుల పెరుగుదలకు కొన్ని కారణాలు:

- ఆర్థిక ప్రపంచంలోని సంక్లిష్టత పెరుగుదల: ఆర్థిక వ్యవస్థలు మరింత సంక్లిష్టంగా మారడంతో, ఆర్థిక విశ్లేషణ మరియు వాల్యుయేషన్ పద్ధతులు ఆ సంక్లిష్టతను అర్థం చేసుకోవడానికి మరియు నిర్వహించడానికి అవసరమైన సామర్థ్యాన్ని అభివృద్ధి చేశాయి.

- కంప్యూటర్ సాంకేతికతలో పురోగతి: కంప్యూటర్ సాంకేతికతలో పురోగతి ఆర్థిక విశ్లేషణ మరియు వాల్యుయేషన్ పద్ధతుల అభివృద్ధిని వేగవంతం చేసింది. కంప్యూటర్లు పెద్ద మొత్తంలో డేటాను సేకరించడం, ప్రాసెస్ చేయడం మరియు విశ్లేషించడం సులభతరం చేశాయి.

- అంతర్జాతీయీకరణ: ప్రపంచ ఆర్థిక వ్యవస్థ యొక్క అంతర్జాతీయీకరణ ఆర్థిక విశ్లేషణ మరియు వాల్యుయేషన్ పద్ధతులను అంతర్జాతీయ మార్కెట్లకు అనుగుణంగా చేయాలని అవసరమైంది.

విలీనాలు మరియు కొనుగోళ్లలో లెక్కింపు పాత్ర

విలీనాలు మరియు కొనుగోళ్లు (M&A) అనేవి రెండు లేదా అంతకంటే ఎక్కువ సంస్థల మధ్య సంయోగం. ఈ సంయోగం ఏకీకృత సంస్థ యొక్క ఆస్తులను, బాధ్యతలను మరియు స్వయం నిధులను ఒకే బ్యాలన్స్ షీట్‌లో కలిపి విలీనం లేదా కొనుగోలుదారు సంస్థ యొక్క బ్యాలన్స్ షీట్‌లోకి కలిపి ఉండవచ్చు.

లెక్కింపు అనేది ఈ సంయోగం యొక్క ఆర్థిక ప్రభావాలను అంచనా వేయడానికి ఉపయోగించే ప్రక్రియ. ఇది విలీనం లేదా కొనుగోలుదారు సంస్థ యొక్క ఆర్థిక స్థితిని మరియు ఫలితాలను ఎలా ప్రభావితం చేస్తుందో అర్థం చేసుకోవడానికి ముఖ్యం.

విలీనాలు మరియు కొనుగోళ్లలో లెక్కింపు యొక్క ప్రధాన అంశాలు:

- విలీనం లేదా కొనుగోలుదారు సంస్థ యొక్క బ్యాలన్స్ షీట్‌లోని ఆస్తుల మరియు బాధ్యతలను అంచనా వేయడం.
- విలీనం లేదా కొనుగోలుదారు సంస్థ యొక్క ఆదాయం మరియు వ్యయాలను అంచనా వేయడం.
- విలీనం లేదా కొనుగోలుదారు సంస్థ యొక్క లాభం మరియు నష్టాన్ని అంచనా వేయడం.

విలీనం లేదా కొనుగోళ్లు యొక్క లెక్కింపు ప్రక్రియలో భాగంగా ఉపయోగించే సాధారణ పద్ధతులు:

- పూర్తి-పునర్విక్రయ పద్ధతి: ఈ పద్ధతి ప్రకారం, విలీనం లేదా కొనుగోలుదారు సంస్థ యొక్క బ్యాలన్స్ షీట్‌లోని అన్ని ఆస్తుల మరియు బాధ్యతలను వాటి వాస్తవ విలువలో లెక్కించబడతాయి.

- సంతులనం పద్ధతి: ఈ పద్ధతి ప్రకారం, విలీనం లేదా కొనుగోలుదారు సంస్థ యొక్క బ్యాలన్స్ షీట్‌లోని ఆస్తుల మరియు బాధ్యతలను వాటి వాస్తవ విలువలో లేదా వాటి వాణిజ్య విలువలో లెక్కించవచ్చు.

- ఆదాయ పద్ధతి: ఈ పద్ధతి ప్రకారం, విలీనం లేదా కొనుగోలుదారు సంస్థ యొక్క బ్యాలన్స్ షీట్‌లోని ఆస్తుల మరియు బాధ్యతలను వాటి వాస్తవ విలువలో లేదా వాటి భవిష్యత్తు ఆదాయాన్ని ఆధారంగా లెక్కించవచ్చు.

కేసు అధ్యయనాలు: రైల్‌రోడ్ల పెరుగుదల, కార్నెగీ స్టీల్ మరియు స్టాండర్డ్ ఆయిల్ ఏర్పాటు

రైల్‌రోడ్ల పెరుగుదల

19వ శతాబ్దంలో, రైల్‌రోడ్లు అమెరికన్ ఆర్థిక వ్యవస్థను మార్చేశాయి. వారు వస్తువులను మరియు వ్యక్తులను మరింత సమర్థవంతంగా మరియు తక్కువ ఖరీదైన రీతిలో రవాణా చేయడానికి అనుమతించారు. ఇది దేశవ్యాప్తంగా వాణిజ్యం మరియు పెట్టుబడిని విస్తరించడానికి దారితీసింది.

రైల్‌రోడ్ పెరుగుదలకు అనేక కారణాలు ఉన్నాయి. ఒక కారణం యునైటెడ్ స్టేట్స్‌లోని విశాలమైన, అడవి ప్రాంతం. రహదారులు మరియు నదుల ద్వారా ఈ ప్రాంతాలను రవాణా చేయడం చాలా కష్టం మరియు ఖరీదైనది. రైల్‌రోడ్లు ఈ ప్రాంతాలను మరింత సులభంగా అందుబాటులోకి తెచ్చాయి.

రైల్‌రోడ్ పెరుగుదలకు మరొక కారణం యునైటెడ్ స్టేట్స్‌లోని శక్తివంతమైన పరిశ్రమ. పారిశ్రామిక ఆవిర్భావం యొక్క శతాబ్దంలో, వ్యాపారవేత్తలు వస్తువులను తక్కువ ఖరీదైన రీతిలో రవాణా చేయడానికి ఒక మార్గాన్ని కోరుకున్నారు. రైల్‌రోడ్లు ఈ అవసరాన్ని తీర్చాయి.

రైల్‌రోడ్ పెరుగుదలకు ఒక ముఖ్యమైన కారకం ప్రభుత్వ మద్దతు. యునైటెడ్ స్టేట్స్ ప్రభుత్వం రైల్‌రోడ్ల నిర్మాణానికి భూమిని కేటాయించింది మరియు రైల్‌రోడ్ కంపెనీలకు రాయితీలు ఇచ్చింది.

రైల్‌రోడ్ పెరుగుదల యొక్క కొన్ని ప్రభావాలు:

- ఇది దేశవ్యాప్తంగా వాణిజ్యం మరియు పెట్టుబడిని విస్తరించడానికి దారితీసింది.
- ఇది పారిశ్రామిక ఆవిర్భావాన్ని వేగవంతం చేసింది.
- ఇది యునైటెడ్ స్టేట్స్‌లోని నివాసితుల జీవన నాణ్యతను మెరుగుపరిచింది.

కార్నెగీ స్టీల్

ఆండ్రూ కార్నెగీ 19వ శతాబ్దంలో అమెరికాలోని అత్యంత విజయవంతమైన పరిశ్రమపరులు మరియు వ్యాపారవేత్తలలో ఒకడు. అతను చెక్క మరియు ఇనుప యొక్క పెద్ద వ్యాపారాన్ని నిర్మించాడు, ఇది చివరికి కార్నెగీ స్టీల్ కంపెనీగా మారింది.

కార్నెగీ స్టీల్‌ను విజయవంతం చేసిన అనేక అంశాలు ఉన్నాయి. ఒక కారణం కార్నెగీ యొక్క సాంకేతిక నైపుణ్యం.

Chapter 4: The Global Game: Harmonization and Standardization in the 20th and 21st Centuries
అధ్యాయం 4: గ్లోబల్ గేమ్: 20వ మరియు 21వ శతాబ్దాలలో సమన్వయం మరియు ప్రమాణీకరణ

అంతర్జాతీయ వాణిజ్య మరియు పెట్టుబడుల పెరుగుదల

అంతర్జాతీయ వాణిజ్యం మరియు పెట్టుబడులు 20వ శతాబ్దంలో నాటకీయంగా పెరిగాయి. ఈ పెరుగుదలకు అనేక కారణాలు ఉన్నాయి, వీటిలో:

- ప్రపంచీకరణ: ప్రపంచీకరణ అనేది దేశాలు మరియు సంస్కృతులు మరింత ఒకదానితో ఒకటి కనెక్ట్ అయ్యే ప్రక్రియ. ఇది వాణిజ్యం మరియు పెట్టుబడులను ప్రోత్సహించింది.
- టెక్నాలజీలో పురోగతి: టెక్నాలజీలో పురోగతి వాణిజ్యం మరియు పెట్టుబడులను సులభతరం చేసింది. ఉదాహరణకు, విమానయాన మరియు సమాచార సాంకేతికతలో పురోగతి వస్తువులను మరియు సేవలను మరింత సమర్థవంతంగా మరియు తక్కువ ఖరీదైన రీతిలో రవాణా చేయడానికి అనుమతించింది.
- ప్రభుత్వ విధానాలు: ప్రభుత్వాలు వాణిజ్యం మరియు పెట్టుబడులను ప్రోత్సహించడానికి అనేక విధానాలను అమలు చేశాయి. ఉదాహరణకు, చాలా దేశాలు తమ వాణిజ్య భాగస్వాములతో ఒప్పందాలు

చేసుకున్నాయి, ఇవి వాణిజ్యంపై ఆంక్షలను తగ్గించాయి.

అంతర్జాతీయ వాణిజ్య మరియు పెట్టుబడుల పెరుగుదల అనేక ప్రయోజనాలను కలిగి ఉంది. ఇది:

- ఆర్థిక వృద్ధిని ప్రోత్సహిస్తుంది: అంతర్జాతీయ వాణిజ్యం మరియు పెట్టుబడులు కొత్త ఉద్యోగాలను సృష్టిస్తాయి మరియు ఆదాయాన్ని పెంచుతాయి.
- జీవన నాణ్యతను మెరుగుపరుస్తుంది: అంతర్జాతీయ వాణిజ్యం వినియోగదారులకు తక్కువ ధరలకు వివిధ వస్తువులు మరియు సేవలను అందిస్తుంది.
- ప్రపంచ శాంతి మరియు స్థిరత్వాన్ని ప్రోత్సహిస్తుంది: అంతర్జాతీయ వాణిజ్యం మరియు పెట్టుబడులు దేశాల మధ్య అవగాహన మరియు సహకారాన్ని పెంచుతాయి.

అయితే, అంతర్జాతీయ వాణిజ్య మరియు పెట్టుబడుల పెరుగుదలకు కొన్ని ప్రమాదాలు కూడా ఉన్నాయి. వీటిలో:

- ఆర్థిక అసమానతను పెంచుతుంది: అంతర్జాతీయ వాణిజ్యం మరియు పెట్టుబడులు కొన్ని దేశాలలో ఆర్థిక అసమానతను పెంచే అవకాశం ఉంది.
- పర్యావరణాన్ని దెబ్బతీస్తుంది: అంతర్జాతీయ వాణిజ్యం మరియు పెట్టుబడులు పర్యావరణాన్ని దెబ్బతీసే కొత్త ఉత్పత్తులు మరియు సేవలను అభివృద్ధి చేయడానికి దారితీయవచ్చు.

గ్లోబల్ లెక్కింపు ప్రమాణాలు మరియు సమైక్యత అవసరం

ప్రపంచీకరణ యొక్క ఫలితంగా, సంస్థలు మరియు ప్రభుత్వాలు ఇప్పుడు ప్రపంచవ్యాప్తంగా వ్యాపారం చేస్తున్నాయి. ఈ పరిస్థితిలో, గ్లోబల్ లెక్కింపు ప్రమాణాలు మరియు సమైక్యత చాలా ముఖ్యమైనవి.

గ్లోబల్ లెక్కింపు ప్రమాణాలు అనేవి ఆర్థిక నివేదికాలను రూపొందించడానికి మరియు విశ్లేషించడానికి ఉపయోగించే నియమాలు మరియు ప్రమాణాలు. అవి సంస్థలకు వారి ఆర్థిక పనితీరును సమర్థవంతంగా మరియు విశ్వసనీయంగా ప్రదర్శించడంలో సహాయపడతాయి.

గ్లోబల్ లెక్కింపు సమైక్యత అనేది వివిధ దేశాలు మరియు ప్రాంతాలలో అమలు చేయబడిన లెక్కింపు ప్రమాణాల మధ్య స్థిరత్వం. ఇది సంస్థలకు వారి ఆర్థిక పనితీరును ప్రపంచవ్యాప్తంగా పోల్చడానికి మరియు విశ్లేషించడానికి సహాయపడుతుంది.

గ్లోబల్ లెక్కింపు ప్రమాణాలు మరియు సమైక్యతకు అనేక ప్రయోజనాలు ఉన్నాయి. ఇవి:

- ఆర్థిక సమాచారాన్ని మరింత అందుబాటులో మరియు సమగ్రంగా చేస్తాయి.
- ఆర్థిక నివేదికాలను విశ్వసనీయంగా మరియు పోల్చగలవిగా చేస్తాయి.
- ఆర్థిక నిర్ణయాలు తీసుకోవడానికి మరింత సమాచారాన్ని అందిస్తాయి.

గ్లోబల్ లెక్కింపు ప్రమాణాలను అభివృద్ధి చేయడానికి మరియు సమైక్యతను ప్రోత్సహించడానికి అనేక సంస్థలు పని చేస్తున్నాయి. వాటిలో అంతర్జాతీయ ఆర్థిక సంస్థ (IMF), ప్రపంచ బ్యాంక్ మరియు అంతర్జాతీయ ఖాతా వ్యవస్థ (IASB) ఉన్నాయి.

IMF ప్రపంచ ఆర్థిక వ్యవస్థను మెరుగుపరచడానికి సహాయపడే లెక్కింపు ప్రమాణాలను అభివృద్ధి చేస్తుంది. ప్రపంచ బ్యాంక్ అభివృద్ధి చెందుతున్న దేశాలలో లెక్కింపు సామర్థ్యాన్ని మెరుగుపరచడానికి సహాయపడే లెక్కింపు ప్రమాణాలను అభివృద్ధి చేస్తుంది. IASB ప్రపంచవ్యాప్తంగా అమలు చేయబడే లెక్కింపు ప్రమాణాలను అభివృద్ధి చేస్తుంది.

గ్లోబల్ లెక్కింపు ప్రమాణాలు మరియు సమైక్యత ప్రపంచ ఆర్థిక వ్యవస్థ యొక్క సమర్థవంతమైన మరియు న్యాయమైన పనితీరుకు ముఖ్యమైన అంశాలు. అవి ఆర్థిక సమాచారాన్ని మరింత అందుబాటులో మరియు సమగ్రంగా చేస్తాయి, ఆర్థిక నివేదికాలను విశ్వసనీయంగా మరియు పోల్చగలవిగా చేస్తాయి మరియు ఆర్థిక నిర్ణయాలు తీసుకోవడానికి మరింత సమాచారాన్ని అందిస్తాయి.

ఇంటర్నేషనల్ అకౌంటింగ్ స్టాండర్డ్స్ బోర్డ్ (IASB) మరియు ఫైనాన్షియల్ అకౌంటింగ్ స్టాండర్డ్స్ బోర్డ్ (FASB) వంటి అంతర్జాతీయ సంస్థల పాత్ర

ప్రపంచీకరణ యొక్క ఫలితంగా, సంస్థలు మరియు ప్రభుత్వాలు ఇప్పుడు ప్రపంచవ్యాప్తంగా వ్యాపారం చేస్తున్నాయి. ఈ పరిస్థితిలో, గ్లోబల్ లెక్కింపు ప్రమాణాలు మరియు సమైక్యత చాలా ముఖ్యమైనవి.

గ్లోబల్ లెక్కింపు ప్రమాణాలు అనేవి ఆర్థిక నివేదికాలను రూపొందించడానికి మరియు విశ్లేషించడానికి ఉపయోగించే నియమాలు మరియు ప్రమాణాలు. అవి సంస్థలకు వారి ఆర్థిక పనితీరును సమర్థవంతంగా మరియు విశ్వసనీయంగా ప్రదర్శించడంలో సహాయపడతాయి.

గ్లోబల్ లెక్కింపు సమైక్యత అనేది వివిధ దేశాలు మరియు ప్రాంతాలలో అమలు చేయబడిన లెక్కింపు ప్రమాణాల మధ్య స్థిరత్వం. ఇది సంస్థలకు వారి ఆర్థిక పనితీరును ప్రపంచవ్యాప్తంగా పోల్చడానికి మరియు విశ్లేషించడానికి సహాయపడుతుంది.

గ్లోబల్ లెక్కింపు ప్రమాణాలను అభివృద్ధి చేయడానికి మరియు సమైక్యతను ప్రోత్సహించడానికి అనేక సంస్థలు పని చేస్తున్నాయి. వాటిలో ఇంటర్నేషనల్ అకౌంటింగ్ స్టాండర్డ్స్ బోర్డ్ (IASB) మరియు ఫైనాన్షియల్ అకౌంటింగ్ స్టాండర్డ్స్ బోర్డ్ (FASB) ఉన్నాయి.

ఇంటర్నేషనల్ అకౌంటింగ్ స్టాండర్డ్స్ బోర్డ్ (IASB)

IASB అనేది ప్రపంచవ్యాప్తంగా అమలు చేయబడే లెక్కింపు ప్రమాణాలను అభివృద్ధి చేయడానికి మరియు నిర్వహించడానికి బాధ్యత వహించే ఒక అంతర్జాతీయ సంస్థ. ఇది 1973లో స్థాపించబడింది మరియు దాని ప్రధాన కార్యాలయం లండన్‌లో ఉంది.

IASB యొక్క ప్రధాన లక్ష్యాలు:

- ప్రపంచవ్యాప్తంగా అమలు చేయగల నాణ్యమైన, సమగ్రమైన మరియు విశ్వసనీయమైన లెక్కింపు ప్రమాణాలను అభివృద్ధి చేయడం.
- లెక్కింపు పరిశ్రమలో ప్రమాణాల అభివృద్ధి మరియు అమలును ప్రోత్సహించడం.

IASB యొక్క లెక్కింపు ప్రమాణాలు ఇన్‌ఫ్రాస్ట్రక్చర్, ఫైనాన్షియల్ ఇన్‌స్టిట్యూషన్స్, రిటైల్, ఇండస్ట్రీ మరియు సర్వీసెస్ వంటి వివిధ రంగాలను కవర్ చేస్తాయి. ఈ ప్రమాణాలు ప్రపంచవ్యాప్తంగా 115 కంటే ఎక్కువ దేశాలలో అమలు చేయబడ్డాయి.

ఆర్థిక నివేదికలపై సాంకేతిక పురోగతి యొక్క ప్రభావం

సాంకేతిక పురోగతి ఆర్థిక నివేదికలపై గణనీయమైన ప్రభావాన్ని చూపింది. కంప్యూటర్ల మరియు ఇంటర్నెట్ యొక్క అభివృద్ధి ఆర్థిక సమాచారాన్ని సేకరించడం, ప్రాసెస్ చేయడం మరియు ప్రదర్శించడం చాలా సులభతరం చేసింది.

సాంకేతిక పురోగతి ఆర్థిక నివేదికలపై క్రింది ప్రభావాలను చూపింది:

- ఆర్థిక సమాచారం యొక్క నాణ్యత మెరుగుపడింది. కంప్యూటర్లు మరియు ఇంటర్నెట్ యొక్క అభివృద్ధి ఆర్థిక సమాచారాన్ని మరింత ఖచ్చితంగా మరియు సమగ్రంగా సేకరించడానికి మరియు ప్రాసెస్ చేయడానికి అనుమతించింది.

- ఆర్థిక నివేదికలు మరింత సమస్యాత్మకమైనవి మరియు సమాచారపూర్వకమైనవి. సాంకేతిక పురోగతి ఆర్థిక నివేదికలలో మరింత సమగ్రమైన మరియు సమస్యాత్మకమైన సమాచారాన్ని చేర్చడానికి అనుమతించింది.

- ఆర్థిక నివేదికలు మరింత సులభంగా అందుబాటులో ఉన్నాయి. ఇంటర్నెట్ యొక్క అభివృద్ధి కారణంగా, ఆర్థిక నివేదికలు ప్రపంచవ్యాప్తంగా ఉన్న పెట్టుబడిదారులు మరియు ఇతర ఆసక్తి గల పక్షాలకు మరింత సులభంగా అందుబాటులో ఉన్నాయి.

సాంకేతిక పురోగతి ఆర్థిక నివేదికలపై కొత్త అవకాశాలను కూడా తెరిచింది. ఉదాహరణకు, వర్చువల్ రియాలిటీ మరియు

ఆర్టిఫిషియల్ ఇంటెలిజెన్స్ వంటి సాంకేతికతలను ఉపయోగించి ఆర్థిక నివేదికలను మరింత ఆకర్షణీయంగా మరియు సమాచారపూర్వకంగా ప్రదర్శించడం సాధ్యమవుతుంది.

ఆర్థిక నివేదికలపై సాంకేతిక పురోగతి యొక్క ప్రభావం భవిష్యత్తులో కూడా కొనసాగే అవకాశం ఉంది. కొత్త సాంకేతికతల అభివృద్ధి కారణంగా, ఆర్థిక నివేదికలు మరింత సమగ్రమైన, సమాచారపూర్వకమైన మరియు అందుబాటులో ఉండే అవకాశం ఉంది.

కేసు అధ్యయనాలు: ఎన్‌రాన్ పతనం, సార్బేన్స్-ఆక్స్లీ చట్టం మరియు ఫిన్‌టెక్ పెరుగుదల

ఎన్‌రాన్ పతనం

ఎన్‌రాన్ అనేది ఒక అమెరికన్ ఆర్థిక సంస్థ, ఇది 1985లో స్థాపించబడింది. ఇది ప్రధానంగా గ్యాస్, విద్యుత్ మరియు ఇతర ఇంధన వనరులను వ్యాపారం చేస్తుంది. 2001లో, ఎన్‌రాన్ ఒక భారీ ఆర్థిక సంక్షోభంలో పడిపోయింది, ఇది అమెరికన్ ఆర్థిక వ్యవస్థను దెబ్బతీసింది.

ఎన్‌రాన్ పతనానికి అనేక కారణాలు ఉన్నాయి. ఒక కారణం ఏమిటంటే, ఎన్‌రాన్ తన ఆదాయాన్ని పెంచడానికి మరియు పెట్టుబడిదారులను ఆకర్షించడానికి తప్పుడు ఖాతాదారులు మరియు పెట్టుబడులను సృష్టించింది. ఇది ఎన్‌రాన్ యొక్క వాస్తవ ఆర్థిక పరిస్థితుల గురించి తప్పుడు చిత్రాన్ని సృష్టించింది.

ఎన్‌రాన్ పతనానికి మరొక కారణం ఏమిటంటే, ఎన్‌రాన్‌లోని నిర్వాహకులు మరియు సిబ్బంది ఈ తప్పుడు ఖాతాదారులు మరియు పెట్టుబడుల గురించి తెలుసు మరియు వాటిని నియంత్రించడానికి ఏమీ చేయలేదు.

ఎన్‌రాన్ పతనం అమెరికన్ ఆర్థిక వ్యవస్థపై ఒక ప్రభావవంతమైన షాక్‌గా ఉంది. ఇది పెట్టుబడిదారుల నమ్మకాన్ని దెబ్బతీసింది మరియు ఆర్థిక నియంత్రణలలో మార్పులకు దారితీసింది.

సార్బేన్స్-ఆక్స్లీ చట్టం

ఎన్‌రాన్ పతనం యొక్క పర్యవసానంగా, యునైటెడ్ స్టేట్స్ ప్రభుత్వం సార్బేన్స్-ఆక్స్లే చట్టాన్ని ఆమోదించింది. ఈ చట్టం ఆర్థిక నివేదికల యొక్క నాణ్యతను మెరుగుపరచడానికి మరియు ఆర్థిక వ్యవస్థలో తప్పుడు ఖాతాదారులను నిరోధించడానికి రూపొందించబడింది.

సార్బేన్స్-ఆక్స్లే చట్టం క్రింది అంశాలను కలిగి ఉంది:

- ఇన్‌సైడర్ ట్రేడింగ్ మరియు షేర్‌హోల్డర్ల హక్కుల గురించి కఠినమైన నిబంధనలు.
- ఆర్థిక నివేదికల యొక్క నాణ్యతను నిర్ధారించడానికి బాధ్యతాయుతమైన ఒక అధికారుల బోర్డు.
- ఆర్థిక నివేదికలలో తప్పుడు సమాచారం కోసం సంస్థలను మరియు వారి నిర్వాహకులను శిక్షించే నిబంధనలు.

సార్బేన్స్-ఆక్స్లే చట్టం ఆర్థిక నివేదికల యొక్క నాణ్యతను మెరుగుపరచడంలో కొంత ప్రభావాన్ని చూపింది. అయితే, ఇది పూర్తిగా తప్పుడు ఖాతాదారులను నివారించలేదు.

Chapter 5: The Future of Numbers: Emerging Trends and Challenges
అధ్యాయం 5: సంఖ్యల భవిష్యత్తు: నవ ధోరణులు మరియు సవాళ్లు

సస్టైనబిలిటీ నివేదికల పెరుగుదల మరియు ESG (పర్యావరణ, సామాజిక, మరియు పాలకత్వ నిర్వహణ) అంశాలు

సస్టైనబిలిటీ నివేదికలు అనేవి సంస్థలు వారి సామాజిక, పర్యావరణ మరియు పాలకత్వ ప్రాతిపదికలను వివరించే నివేదికలు. ఈ నివేదికలు సంస్థల యొక్క సస్టైనబుల్ అభివృద్ధి ప్రయత్నాలను అంచనా వేయడానికి మరియు వాటిని మరింత మెరుగుపరచడానికి సహాయపడతాయి.

సస్టైనబిలిటీ నివేదికల పెరుగుదలకు అనేక కారణాలు ఉన్నాయి. ఒక కారణం ఏమిటంటే, పెట్టుబడిదారులు, వినియోగదారులు మరియు ఇతర సామాజిక వర్గాలు సంస్థల నుండి సస్టైనబుల్ ప్రవర్తనను కోరుకుంటున్నారు. మరొక కారణం ఏమిటంటే, ప్రభుత్వాలు సస్టైనబుల్ అభివృద్ధిని ప్రోత్సహించడానికి కొత్త నియమాలను రూపొందిస్తున్నాయి.

ESG (పర్యావరణ, సామాజిక, మరియు పాలకత్వ) అంశాలు సస్టైనబిలిటీ నివేదికలలో ముఖ్యమైన భాగం. ఈ అంశాలు సంస్థల యొక్క పర్యావరణ ప్రభావాలు, వారి ఉద్యోగుల మరియు సమాజం పట్ల వారి బాధ్యతలు మరియు వారి పాలకత్వ పద్ధతులను కవర్ చేస్తాయి.

ESG అంశాలపై సస్టైనబిలిటీ నివేదికలలో కొన్ని సాధారణ అంశాలు:

- పర్యావరణ ప్రభావం: సంస్థ యొక్క కార్యకలాపాలు పర్యావరణంపై ఎలాంటి ప్రభావాన్ని చూపుతున్నాయి?
- ఉద్యోగుల పట్ల బాధ్యతలు: సంస్థ తన ఉద్యోగులకు మంచి పని వాతావరణం మరియు భద్రతను అందిస్తోందా?
- సమాజం పట్ల బాధ్యతలు: సంస్థ తన సమాజానికి ఏ విధంగా తిరిగి ఇస్తోంది?
- పాలకత్వ పద్ధతులు: సంస్థ యొక్క పాలకత్వం పారదర్శకంగా మరియు బాధ్యతాయుతంగా ఉందా?

ESG అంశాలపై సస్టైనబిలిటీ నివేదికలను అంచనా వేయడానికి అనేక ప్రమాణాలు ఉన్నాయి. ఈ ప్రమాణాలు ESG అంశాలపై సంస్థల యొక్క ప్రదర్శనను కొలవడానికి మరియు వాటిని మరింత మెరుగుపరచడానికి సహాయపడతాయి.

సస్టైనబిలిటీ నివేదికల పెరుగుదల ESG అంశాలపై దృష్టి పెట్టడానికి సంస్థలను ప్రోత్సహిస్తోంది. ఇది సస్టైనబుల్ అభివృద్ధిని ప్రోత్సహించడంలో సహాయపడుతుంది.

ఫైనాన్షియల్ నివేదికలపై బ్లాక్‌చైన్ మరియు ఇతర నవీన టెక్నాలజీల ప్రభావం

ఆర్థిక వ్యవస్థలో ఫైనాన్షియల్ నివేదికలు ఒక ముఖ్యమైన భాగం. వీటి ద్వారా సంస్థల ఆర్థిక స్థితి గురించి విశ్వసనీయమైన సమాచారాన్ని సమాజానికి అందించవచ్చు. అయితే, ఈ నివేదికలలో తప్పులు లేదా వక్రీకరణలు జరిగితే, అది ఆర్థిక వ్యవస్థకు తీవ్రమైన నష్టాన్ని కలిగిస్తుంది.

బ్లాక్‌చైన్ మరియు ఇతర నవీన టెక్నాలజీలు ఫైనాన్షియల్ నివేదికలలో ఖచ్చితత్వం మరియు పారదర్శకతను మెరుగుపరచడానికి సహాయపడతాయి. ఈ టెక్నాలజీలు ఫైనాన్షియల్ డేటాను సురక్షితంగా నిల్వ చేయడం, డేటాను సులభంగా యాక్సెస్ చేయడం మరియు డేటాను ట్రాక్ చేయడం సులభతరం చేస్తాయి.

బ్లాక్‌చైన్ టెక్నాలజీ ఫైనాన్షియల్ నివేదికలపై కలిగించే ప్రభావాలను క్రింది విధంగా విభజించవచ్చు:

- ఖచ్చితత్వం: బ్లాక్‌చైన్ టెక్నాలజీ ఫైనాన్షియల్ డేటాను సురక్షితంగా నిల్వ చేస్తుంది. ఈ టెక్నాలజీలో డేటాను మార్చడం లేదా తొలగించడం చాలా కష్టం. దీనివల్ల ఫైనాన్షియల్ నివేదికలలో తప్పులు లేదా వక్రీకరణలు జరిగే అవకాశం తగ్గుతుంది.

- పారదర్శకత: బ్లాక్‌చైన్ టెక్నాలజీ ఫైనాన్షియల్ డేటాను సులభంగా యాక్సెస్ చేయడం సాధ్యం చేస్తుంది. దీనివల్ల ఫైనాన్షియల్ నివేదికలను ఎవరైనా తనిఖీ చేయవచ్చు. దీనివల్ల ఫైనాన్షియల్ నివేదికలలో ఖచ్చితత్వాన్ని నిర్ధారించడానికి సహాయపడుతుంది.

- సమర్థత: బ్లాక్‌చైన్ టెక్నాలజీ ఫైనాన్షియల్ డేటాను ట్రాక్ చేయడం సులభతరం చేస్తుంది. దీనివల్ల ఫైనాన్షియల్ నివేదికలలోని సమాచారాన్ని తాజాగా ఉంచడానికి సహాయపడుతుంది.

లెక్కింపులో బిగ్ డేటా మరియు కృత్రిమ నేర్పరియతత్వం యొక్క నీతిపరమైన పరిశీలనలు

ప్రారంభిక పరిశీలన

లెక్కింపులో బిగ్ డేటా మరియు కృత్రిమ నేర్పరియతత్వం (AI) యొక్క అభివృద్ధి వేగంగా జరుగుతోంది. ఈ సాంకేతికతలు అనేక రంగాలలో విప్లవాత్మక మార్పులను తీసుకురావడానికి సామర్థ్యం కలిగి ఉన్నాయి. అయితే, ఈ సాంకేతికతల అభివృద్ధి మరియు ఉపయోగంతో కూడిన అనేక నైతిక సమస్యలు కూడా ఉన్నాయి.

ఈ నైతిక సమస్యలలో కొన్ని:

- డేటా సేకరణ మరియు ఉపయోగం: బిగ్ డేటా మరియు AI సాంకేతికతలు పెద్ద మొత్తంలో వ్యక్తిగత డేటాను సేకరించడానికి మరియు ఉపయోగించడానికి అవసరం. ఈ డేటాను ఎలా సేకరిస్తారు, ఉపయోగిస్తారు మరియు రక్షిస్తారు అనే దానిపై ఆందోళనలు ఉన్నాయి.

- ప్రజాస్వామ్యం మరియు న్యాయం: బిగ్ డేటా మరియు AI సాంకేతికతలు ప్రజాస్వామ్యం మరియు న్యాయంపై ప్రభావం చూపే సామర్థ్యాన్ని కలిగి ఉన్నాయి. ఉదాహరణకు, బిగ్ డేటాను ఉపయోగించి ప్రజలను లక్ష్యంగా చేసుకోవడానికి ప్రచారాన్ని లేదా వ్యక్తిగతీకరించిన సేవలను రూపొందించవచ్చు.

- సమానత్వం మరియు న్యాయం: బిగ్ డేటా మరియు AI సాంకేతికతలు సమానత్వం మరియు న్యాయాన్ని ప్రభావితం చేసే సామర్థ్యాన్ని కలిగి ఉన్నాయి. ఉదాహరణకు, బిగ్ డేటాను ఉపయోగించి

తీసుకున్న నిర్ణయాలు కొన్ని సమూహాల ప్రజలపై ప్రతికూల ప్రభావాన్ని చూపవచ్చు.

నైతిక సమస్యల పరిష్కారానికి చర్యలు

ఈ నైతిక సమస్యలను పరిష్కరించడానికి అనేక చర్యలు తీసుకోవడం అవసరం. ఈ చర్యలలో కొన్ని:

- డేటా సేకరణ మరియు ఉపయోగంపై నియంత్రణలు: డేటా సేకరణ మరియు ఉపయోగంపై నియంత్రణలు విధించడం ద్వారా, ప్రజల డేటాను ఎలా సేకరిస్తారు, ఉపయోగిస్తారు మరియు రక్షిస్తారు అనే దానిపై మరింత పారదర్శకత మరియు నియంత్రణను కల్పించవచ్చు.

వాతావరణ మార్పు మరియు అసమానతలను ఎదుర్కోవడంలో లెక్కింపు పాత్ర

వాతావరణ మార్పు మరియు అసమానతలు ప్రపంచాన్ని ఎదుర్కొంటున్న రెండు అతిపెద్ద సవాళ్లు. ఈ సవాళ్లు మానవత్వంపై గణనీయమైన ప్రభావాన్ని చూపుతున్నాయి మరియు భవిష్యత్తు తరాలకు ముప్పు కలిగిస్తాయి.

లెక్కింపు ఈ రెండు సవాళ్లను ఎదుర్కోవడంలో ముఖ్యమైన పాత్ర పోషించగలదు. లెక్కింపు సాంకేతికతలు మనకు వాతావరణ మార్పు యొక్క ప్రభావాలను అర్థం చేసుకోవడానికి, అసమానతలను అంచనా వేయడానికి మరియు వాటిని తగ్గించడానికి కార్యాచరణను రూపొందించడానికి సహాయపడతాయి.

వాతావరణ మార్పును ఎదుర్కోవడంలో లెక్కింపు యొక్క పాత్ర

వాతావరణ మార్పు యొక్క ప్రభావాలను అర్థం చేసుకోవడానికి లెక్కింపు చాలా ముఖ్యం. లెక్కింపు సాంకేతికతలు మనకు వాతావరణ మార్పు యొక్క కారణాలు, ప్రభావాలు మరియు పరిణామాలను అర్థం చేసుకోవడానికి సహాయపడతాయి.

ఉదాహరణకు, లెక్కింపు సాంకేతికతలు మనకు వాతావరణంలో పెరుగుతున్న కార్బన్ డయాక్సైడ్ స్థాయిలను అర్థం చేసుకోవడానికి సహాయపడతాయి. ఇవి మనకు భూమి యొక్క ఉష్ణోగ్రతలు పెరుగుతున్నప్పుడు ఏమి జరుగుతుందో అర్థం చేసుకోవడానికి కూడా సహాయపడతాయి.

వాతావరణ మార్పును తగ్గించడానికి కార్యాచరణను రూపొందించడంలో కూడా లెక్కింపు ముఖ్యం. లెక్కింపు

సాంకేతికతలు మనకు వివిధ కార్యాచరణల ప్రభావాలను అంచనా వేయడానికి సహాయపడతాయి.

ఉదాహరణకు, లెక్కింపు సాంకేతికతలు మనకు కాలుష్యాన్ని తగ్గించడానికి, పునరుత్పాదక శక్తిని పెంచడానికి మరియు శక్తి సమర్థతను మెరుగుపరచడానికి కార్యాచరణల ప్రభావాలను అంచనా వేయడానికి సహాయపడతాయి.

అసమానతలను ఎదుర్కోవడంలో లెక్కింపు యొక్క పాత్ర

అసమానతలు ప్రపంచవ్యాప్తంగా పెరుగుతున్న సమస్య. అసమానతలు ఆరోగ్యం, విద్య మరియు ఆర్థిక అవకాశాలపై ప్రభావం చూపుతాయి.

అసమానతలను అంచనా వేయడంలో లెక్కింపు చాలా ముఖ్యం. లెక్కింపు సాంకేతికతలు మనకు అసమానతల స్థాయిలు, కారణాలు మరియు పరిణామాలను అర్థం చేసుకోవడానికి సహాయపడతాయి.

కేసు అధ్యయనాలు: టెస్లా యొక్క సస్టైనబిలిటీ నివేదిక, సామాజిక ప్రభావ పెట్టుబడుల పెరుగుదల, మరియు అల్గోరిథమిక్ ట్రేడింగ్ యొక్క నీతిపరమైన ప్రభావాలు

టెస్లా యొక్క సస్టైనబిలిటీ నివేదిక

టెస్లా అనేది ప్రపంచంలోని అతిపెద్ద విద్యుత్ వాహన తయారీదారు. 2023లో, కంపెనీ తన మొట్టమొదటి వార్షిక సస్టైనబిలిటీ నివేదికను విడుదల చేసింది. నివేదికలో, టెస్లా తన ఉత్పత్తులు మరియు కార్యకలాపాల ద్వారా సాధించిన సస్టైనబిలిటీ అభివృద్ధులను వివరించింది.

నివేదిక ప్రకారం, టెస్లా తన వాహనాల నుండి ఉత్పత్తి చేసే కాలుష్యాన్ని గణనీయంగా తగ్గించింది. 2023లో, టెస్లా వాహనాల నుండి ఉత్పత్తి చేసిన కార్బన్ డయాక్సైడ్ ఉద్గారాలు 2022తో పోలిస్తే 35% తగ్గాయి. టెస్లా తన వాహనాల కోసం పునరుత్పాదక శక్తిని ఉపయోగించడంపై కూడా దృష్టి పెట్టింది. 2023లో, టెస్లా తన వాహనాల కోసం ఉపయోగించిన శక్తిలో 68% పునరుత్పాదక శక్తి నుండి వచ్చింది.

టెస్లా తన కార్యకలాపాల ద్వారా సాధించిన సస్టైనబిలిటీ అభివృద్ధులను కూడా నివేదికలో వివరించింది. 2023లో, టెస్లా తన కార్యకలాపాల ద్వారా ఉత్పత్తి చేసిన కాలుష్యాన్ని 23% తగ్గించింది. టెస్లా తన కార్యకలాపాలలో పునర్వినియోగం మరియు రీసైక్లింగ్‌ను కూడా ప్రోత్సహించింది. 2023లో, టెస్లా తన కార్యకలాపాలలో ఉత్పత్తి చేసిన మురుగునీటిలో 99% నుండి ఎక్కువ పునర్వినియోగం లేదా రీసైక్లింగ్ చేయబడింది.

టెస్లా యొక్క సస్టైనబిలిటీ నివేదిక అనేది కంపెనీ యొక్క సస్టైనబిలిటీ లక్ష్యాలపై దృష్టి పెట్టడానికి మరియు దాని

ప్రభావాన్ని మెరుగుపరచడానికి కట్టుబడి ఉందని చూపిస్తుంది.

సామాజిక ప్రభావ పెట్టుబడుల పెరుగుదల

సామాజిక ప్రభావ పెట్టుబడులు (SIBs) అనేవి పెట్టుబడులు, ఇవి ఆర్థిక లాభాలతో పాటు సామాజిక ప్రయోజనాలను కూడా సృష్టిస్తాయి. SIBs ప్రపంచవ్యాప్తంగా పెరుగుతున్న ఒక ట్రెండ్.

Chapter 6: Conclusion: Numbers that Speak Volumes

అధ్యాయం 6: నిర్ణయం: సంఖ్యలు చెప్పే కథలు

ఆర్థిక నివేదిక పద్ధతులలో కీలక చారిత్రక పరిణామాల సారాంశం

ఆర్థిక నివేదిక పద్ధతులు వేదకాలం నుండి అభివృద్ధి చెందాయి. ప్రారంభ ఆర్థిక నివేదికలు చాలా సరళంగా ఉన్నాయి మరియు ప్రధానంగా ఆదాయం మరియు వ్యయాలను ట్రాక్ చేయడంపై దృష్టి పెట్టాయి. అయితే, కాలక్రమేణా, ఆర్థిక నివేదిక పద్ధతులు మరింత సంక్లిష్టంగా మరియు సమాచారంగా మారాయి.

ఆర్థిక నివేదిక పద్ధతులలో కొన్ని కీలక చారిత్రక పరిణామాలు ఇక్కడ ఉన్నాయి:

1. ప్రభుత్వ ఆర్థిక నివేదికల అభివృద్ధి

ప్రభుత్వ ఆర్థిక నివేదికలు ప్రారంభ ఆర్థిక నివేదికలలో కొన్ని. ఈ నివేదికలు ప్రభుత్వం యొక్క ఆదాయం మరియు వ్యయాలను ట్రాక్ చేయడానికి ఉపయోగించబడ్డాయి. ప్రభుత్వ ఆర్థిక నివేదికల అభివృద్ధి ప్రభుత్వాలకు వారి ఆర్థిక వనరులను మరింత సమర్థవంతంగా నిర్వహించడంలో సహాయపడింది.

2. వ్యాపార ఆర్థిక నివేదికల అభివృద్ధి

వ్యాపార ఆర్థిక నివేదికలు ప్రారంభ ఆర్థిక నివేదికలలో మరొక రకం. ఈ నివేదికలు వ్యాపారాల యొక్క ఆర్థిక పనితీరును ట్రాక్ చేయడానికి ఉపయోగించబడ్డాయి. వ్యాపార ఆర్థిక నివేదికల అభివృద్ధి పెట్టుబడిదారులు మరియు ఇతర ప్రతిస్పందించేవారు వ్యాపారాల యొక్క ఆర్థిక ఆరోగ్యం గురించి మరింత తెలుసుకోవడంలో సహాయపడింది.

3. ఖచ్చితత్వం మరియు పారదర్శకతపై దృష్టి

ఆర్థిక నివేదికాల ఖచ్చితత్వం మరియు పారదర్శకతపై దృష్టి పెరుగుతోంది. ఈ దృష్టి పెట్టుబడిదారుల మరియు ఇతర ప్రతిస్పందించేవారు ఆర్థిక నివేదికలపై ఆధారపడే సమాచారంపై ఆధారపడగలరని నిర్ధారించడానికి సహాయపడుతుంది.

4. అంతర్జాతీయ ప్రమాణాల అభివృద్ధి

అంతర్జాతీయ ప్రమాణాలు ఆర్థిక నివేదికాలను సమానంగా మరియు పోల్చదగినవిగా చేయడానికి సహాయపడతాయి. అంతర్జాతీయ ప్రమాణాల అభివృద్ధి ప్రపంచవ్యాప్తంగా ఆర్థిక నివేదికల నాణ్యతను మెరుగుపరచడంలో సహాయపడింది.

ఆర్థిక అక్షరాస్యత మరియు విమర్శనాత్మక ఆలోచన యొక్క ప్రాముఖ్యత

ఆర్థిక అక్షరాస్యత మరియు విమర్శనాత్మక ఆలోచన అనేవి ప్రతి వ్యక్తికి ముఖ్యమైన నైపుణ్యాలు. అవి వ్యక్తులు వారి ఆర్థిక జీవితాలను మెరుగుపరచడానికి మరియు సమాజంలో సమాచార నిర్ణయాలు తీసుకోవడానికి సహాయపడతాయి.

ఆర్థిక అక్షరాస్యత అనేది ఆర్థిక పరిస్థితుల గురించి అవగాహన కలిగి ఉండటం మరియు వాటిని నిర్వహించడానికి అవసరమైన నైపుణ్యాలను కలిగి ఉండటం. ఆర్థిక అక్షరాస్యత కలిగిన వ్యక్తులు తమ ఆదాయం మరియు వ్యయాలను నిర్వహించడం, పెట్టుబడులు పెట్టడం మరియు ఆర్థిక సమస్యలను అర్థం చేసుకోవడం వంటి విషయాలను చేయగలరు.

విమర్శనాత్మక ఆలోచన అనేది సమాచారాన్ని విమర్శనాత్మకంగా విశ్లేషించడం మరియు స్వంత నిర్ణయాలు తీసుకోవడం. విమర్శనాత్మక ఆలోచన కలిగిన వ్యక్తులు వారి చుట్టూ ఉన్న ప్రపంచాన్ని అర్థం చేసుకోవడానికి మరియు సమాచార నిర్ణయాలు తీసుకోవడానికి సహాయపడే సామర్థ్యాన్ని కలిగి ఉంటారు.

ఆర్థిక అక్షరాస్యత మరియు విమర్శనాత్మక ఆలోచన యొక్క ప్రాముఖ్యత కొన్ని విధాలుగా ఇక్కడ ఉన్నాయి:

- ఆర్థిక జీవితాన్ని మెరుగుపరచండి: ఆర్థిక అక్షరాస్యత మరియు విమర్శనాత్మక ఆలోచన వ్యక్తులు వారి ఆదాయం మరియు వ్యయాలను నిర్వహించడంలో, పెట్టుబడులు పెట్టడంలో మరియు

ఆర్థిక సమస్యలను అర్థం చేసుకోవడంలో సహాయపడతాయి. ఇది వ్యక్తులకు తమ ఆర్థిక లక్ష్యాలను సాధించడానికి మరియు ఆర్థిక స్థిరత్వాన్ని సాధించడానికి సహాయపడుతుంది.

- సమాచార నిర్ణయాలు తీసుకోండి: ఆర్థిక అక్షరాస్యత మరియు విమర్శనాత్మక ఆలోచన వ్యక్తులు సమాచార నిర్ణయాలు తీసుకోవడంలో సహాయపడతాయి. ఇది వ్యక్తులకు తమ ఆర్థిక జీవితంపై మరింత నియంత్రణను పొందడానికి మరియు వారి ఆర్థిక భవిష్యత్తును నిర్మించడానికి సహాయపడుతుంది.

- సమాజాన్ని మెరుగుపరచండి: ఆర్థిక అక్షరాస్యత మరియు విమర్శనాత్మక ఆలోచన వ్యక్తులు సమాచారంగా మరియు నిర్ణయం తీసుకునే పౌరులుగా ఉండటంలో సహాయపడతాయి. ఇది వ్యక్తులకు వారి సమాజాలపై మరింత ప్రభావాన్ని చూపడానికి మరియు మార్పును సృష్టించడానికి సహాయపడుతుంది.

మారుతున్న ప్రపంచంలో లెక్కింపు యొక్క భవిష్యత్తు

లెక్కింపు అనేది మానవ చరిత్రలో ఒక ముఖ్యమైన భాగం. ఇది వర్తకం, పరిపాలన మరియు ఇతర అనేక రంగాలలో అవసరమైన సాధనం. ప్రపంచం మారుతున్నప్పుడు, లెక్కింపు కూడా మారుతుంది.

మారుతున్న ప్రపంచంలో లెక్కింపు యొక్క కొన్ని ప్రధాన ట్రెండ్లు ఇక్కడ ఉన్నాయి:

- డేటా పరిమాణం మరియు క్లిష్టత పెరుగుతుంది: డిజిటల్ యుగంలో, మనం ఎప్పటికీ ఎక్కువ డేటాను ఉత్పత్తి చేస్తున్నాము. ఈ డేటా చాలా పెద్దది మరియు క్లిష్టంగా ఉంటుంది, దానిని అర్థం చేసుకోవడం మరియు విశ్లేషించడం కష్టం.

- మెషిన్ లెర్నింగ్ మరియు ఇతర ఆర్టిఫిషియల్ ఇంటెలిజెన్స్ (AI) సాంకేతికతలు లెక్కింపులో ముఖ్యమైన పాత్ర పోషిస్తాయి: మెషిన్ లెర్నింగ్ మరియు AI సాంకేతికతలు డేటాను అర్థం చేసుకోవడం మరియు విశ్లేషించడంలో మానవులకు సహాయపడతాయి. ఇవి లెక్కింపు ప్రక్రియలను ఆటోమేట్ చేయడంలో కూడా సహాయపడతాయి.

- లెక్కింపు మరింత సహకార మరియు సహకరించేదిగా మారుతుంది: లెక్కింపు సాధారణంగా వ్యక్తిగత లేదా సమూహ ప్రయత్నం. అయితే, భవిష్యత్తులో, లెక్కింపు మరింత సహకార మరియు సహకరించేదిగా మారవచ్చు. ఇది డేటా భాగస్వామ్యం మరియు కృత్రిమ మేధస్సు (AI) వంటి సాంకేతికతల ద్వారా సాధ్యమవుతుంది.

ఈ ట్రెండ్లు లెక్కింపు యొక్క భవిష్యత్తును ఎలా ప్రభావితం చేస్తాయి?

- లెక్కింపు నిపుణులు డేటాను అర్థం చేసుకోవడం మరియు విశ్లేషించడంపై దృష్టి పెట్టాలి: డేటా పరిమాణం మరియు క్లిష్టత పెరుగుతున్నందున, లెక్కింపు నిపుణులు డేటాను అర్థం చేసుకోవడం మరియు విశ్లేషించడంపై దృష్టి పెట్టాలి. ఇది మెషిన్ లెర్నింగ్ మరియు AI సాంకేతికతలను ఉపయోగించడం ద్వారా చేయవచ్చు.
- లెక్కింపు నిపుణులు కృత్రిమ మేధస్సు (AI) వంటి కొత్త సాంకేతికతలలో నైపుణ్యం పొందాలి: AI లెక్కింపులో ముఖ్యమైన పాత్ర పోషించేలా కనిపిస్తోంది. అందువల్ల, లెక్కింపు నిపుణులు AI వంటి కొత్త సాంకేతికతలలో నైపుణ్యం పొందాలి.

ముగింపు వ్యాఖ్యానాలు మరియు చర్యకు పిలుపు

ఒక వ్యాసం లేదా ప్రసంగం యొక్క ముగింపులో, రచయిత లేదా వక్త తమ ప్రధాన పాయింట్లను సంగ్రహించడానికి మరియు ప్రేక్షకులకు చర్యకు పిలుపునివ్వడానికి ఒక అవకాశాన్ని పొందుతారు. ముగింపు వ్యాఖ్యానాలు మరియు చర్యకు పిలుపు రెండూ ప్రేక్షకులను గుర్తుంచుకోవడానికి మరియు మీ పాయింట్లను చర్యలో పెట్టడానికి ప్రేరేపించడానికి సహాయపడే ముఖ్యమైన అంశాలు.

ముగింపు వ్యాఖ్యానాలు

ముగింపు వ్యాఖ్యానాలు మీ ప్రధాన పాయింట్లను సంగ్రహించడానికి మరియు వాటి ప్రాముఖ్యతను నొక్కి చెప్పడానికి ఒక మార్గం. మీరు మీ పాయింట్లను ఒక కొత్త కోణం నుండి చూడటం లేదా వాటిని ప్రత్యేకమైన కోణం నుండి చూడటం ద్వారా దీన్ని చేయవచ్చు. మీరు మీ పాయింట్లను ఉదాహరణలు లేదా కథలతో బలపరచవచ్చు.

ముగింపు వ్యాఖ్యానాలు రాయడానికి కొన్ని చిట్కాలు ఇక్కడ ఉన్నాయి:

- మీ ప్రధాన పాయింట్లను స్పష్టంగా మరియు సంక్షిప్తంగా సంగ్రహించండి.
- మీ పాయింట్ల ప్రాముఖ్యతను నొక్కి చెప్పండి.
- మీ పాయింట్లను కొత్త కోణం నుండి చూడండి లేదా వాటిని ప్రత్యేకమైన కోణం నుండి చూడండి.
- మీ పాయింట్లను ఉదాహరణలు లేదా కథలతో బలపరచండి.

చర్యకు పిలుపు

చర్యకు పిలుపు అనేది మీ పాఠకులు లేదా ప్రేక్షకులను ఏదైనా చేయమని ప్రోత్సహించే ఒక స్పష్టమైన మరియు సంక్షిప్త అభ్యర్థన. ఇది మీరు కోరుకున్న ఏదైనా చేయడానికి వారిని ప్రేరేపించడానికి సహాయపడుతుంది.

చర్యకు పిలుపు రాయడానికి కొన్ని చిట్కాలు ఇక్కడ ఉన్నాయి:

- మీరు కోరుకున్న ఏమి చేయాలనే దాన్ని స్పష్టంగా మరియు సంక్షిప్తంగా చెప్పండి.
- మీ పాఠకులు లేదా ప్రేక్షకులు చర్యకు పిలువబడేలా కారణాలను అందించండి.
- మీ పాఠకులు లేదా ప్రేక్షకులు చర్యకు పిలువబడేలా వారిని ప్రోత్సహించే పదాలను ఉపయోగించండి.
- పని లేదా ప్రక్రియ యొక్క విజయాలను మరియు వైఫల్యాలను అర్థం చేసుకోండి: ముగింపు వ్యాఖ్యానాలు పని లేదా ప్రక్రియ యొక్క విజయాలను మరియు వైఫల్యాలను గుర్తించడంలో సహాయపడతాయి. ఇది భవిష్యత్తులో మెరుగుపరచడానికి అవసరమైన ప్రాంతాలను గుర్తించడంలో సహాయపడుతుంది.
- పని లేదా ప్రక్రియ యొక్క ప్రభావాలను అంచనా వేయండి: ముగింపు వ్యాఖ్యానాలు పని లేదా ప్రక్రియ యొక్క ప్రభావాలను అంచనా వేయడంలో సహాయపడతాయి. ఇది భవిష్యత్తులో ఎలాంటి మార్పులు చేయాలనే దానిపై నిర్ణయాలు తీసుకోవడంలో సహాయపడుతుంది.

- పని లేదా ప్రక్రియ యొక్క నైపుణ్యాలను మరియు సాంకేతికతలను అంచనా వేయండి: ముగింపు వ్యాఖ్యానాలు పని లేదా ప్రక్రియ కోసం అవసరమైన నైపుణ్యాలను మరియు సాంకేతికతలను అంచనా వేయడంలో సహాయపడతాయి. ఇది భవిష్యత్తులో ఏమి నేర్చుకోవాలో మరియు ఎలా అప్‌డేట్ చేయాలనే దానిపై నిర్ణయాలు తీసుకోవడంలో సహాయపడుతుంది.

చర్యకు పిలుపు యొక్క ప్రాముఖ్యత

చర్యకు పిలుపు చాలా ముఖ్యమైనది, ఎందుకంటే అది భవిష్యత్తులో ఏమి చేయాలనే దానిపై స్పష్టమైన మార్గదర్శకత్వాన్ని అందిస్తుంది. చర్యకు పిలుపులో సాధారణంగా క్రింది అంశాలు ఉంటాయి:

www.ingramcontent.com/pod-product-compliance
Lightning Source LLC
LaVergne TN
LVHW020435080526
838202LV00055B/5190
* 9 7 8 8 1 1 9 8 5 5 5 3 7 *